ആശയവിനിമയങ്ങളിലെ
മുള്ളും മലരും

രണ്ടാം പുസ്തകം

വിജയൻ ചെമ്പക

1947 മാർച്ചിൽ ആലപ്പുഴ ജില്ലയിലെ കണ്ടല്ലൂരിൽ സി. എസ്.മാധവന്റെയും കെ.കാർത്ത്യായനിയുടെയും മകനായി ജനനം.

കണ്ടല്ലൂർ വടക്ക് മുകുന്ദ വിലാസം എൽ.പി.സ്കൂൾ, പുതിയവിള യു.പി. സ്കൂൾ, കായംകുളം എസ്.വി.എച്ച്. എസ് എന്നിവിടങ്ങളിൽ പ്രാഥമിക വിദ്യാഭ്യാസം. കായംകുളം മോഹൻസ് ഐ.റ്റി.സി, കളമശ്ശേരി ഗവൺമെന്റ് പോളി ടെക്നിക്, പുന്നപ്ര കാർമൽ പോളിടെക്നിക് എന്നിവിടങ്ങളിൽ സാങ്കേതിക വിദ്യാഭ്യാസം.

ഹൈദരാബാദ് സെൻട്രൽ ട്രെയിനിങ് ഇൻസ്റ്റിറ്റ്യൂട്ട്, കൊൽക്കത്ത അഡ്വാൻസ്ഡ് ട്രെയിനിങ് ഇൻസ്റ്റിറ്റ്യൂട്ട് എന്നിവയിൽ നിന്നും സാങ്കേതിക പരിശീലനം.

സംസ്ഥാന സർക്കാരിന്റെ കീഴിലുള്ള കളമശ്ശേരി, മലമ്പുഴ, ചെങ്ങന്നൂർ, ഏറ്റുമാനൂർ, അരീക്കോട് ഐ.ടി.ഐ.കളിലും കേന്ദ്ര സർക്കാരിന്റെ അധീനതയിലുള്ള ബാംഗ്ലൂർ വനിതാ റീജിയണൽ വോക്കേഷണൽ ട്രെയിനിങ് ഇൻസ്റ്റിറ്റ്യൂട്ടിലും സേവനം അനുഷ്ഠിച്ചു.

താതമാനസം, മിന്നാമിനുങ്ങുകളുടെ നെടുവീർപ്പ് എന്നീ കവിതാസമാഹാരങ്ങൾ (2019) പ്രസിദ്ധീകരിച്ചു.

ഭാര്യ	:	ശുഭ.
മക്കൾ	:	നൈക്ക് വിജയ് (ഉണ്ണി)
		സുവി വിജയ് (കുട്ടൻ)
മരുമക്കൾ	:	ശ്രീവിദ്യ എസ്.നായർ
		രമ്യാദേവി.
വിലാസം	:	ചെമ്പക -1,പുതിയവിള പി.ഒ.,
		ആലപ്പുഴ ജില്ല, പിൻ 690 531
		ഫോൺ- 0479 2430954
		7510757022, 9447866823.

malayalam
Asaya Vinimayangalile Mullum Malarum
Part 2

transactional analysis psychology

by : vijayan chembaka

first edition : january 2023

cover design : harikumar elayidathu
page layout : matrix designs, haripad
printing: repro india limited

publishers:

bodhi books
VIII/6, saravana building, pathiyoor
keerikkad p.o.,kayamkulam, alappuzha-690 508
8281602886, 0479-2436571
bodhibooks03@gmail.com

distribution
sanghamithra, 9447304886

ISBN 978-81-959645-6-7
Sl.No.BB-Pragathi/100-1ed/01/2023

₹170

ആശയവിനിമയങ്ങളിലെ
മുള്ളും മലരും

രണ്ടാം പുസ്തകം

ഉത്തേജനവും പ്രതികരണങ്ങളും

വിജയൻ ചെമ്പക

ബോധി ബുക്സ്

സമർപ്പണം

പൊള്ളുന്ന ജീവിത യാഥാർത്ഥ്യങ്ങളിലൂടെ
നീങ്ങുമ്പോഴും ആക്ഷോഭ്യരായി മക്കളെ
ചേർത്തുപിടിച്ച് നന്മകൾ മാത്രം ചൊല്ലിത്തന്നു
കടന്നുപോയ അച്ഛനമ്മമാരുടെ ഓർമ്മകൾക്ക്
മുന്നിൽ സ്നേഹാദരവോടെ...

പ്രസാധക കുറിപ്പ്

അനുനിമിഷം വികസിച്ചുകൊണ്ടിരിക്കുന്ന വൈജ്ഞാനിക മേഖലയുടെ നടുവിലാണ് നാം. എന്നാൽ, ഈ വിജ്ഞാന വിസ്ഫോടനങ്ങളിലെ ജ്ഞാനരൂപങ്ങളെ യഥാസമയം മാതൃഭാഷയിൽ പരിചയപ്പെടാൻ പലപ്പോഴും കരുക്കൾ നന്നേ കുറവാണുതാനും. ഭാഷാസാഹിത്യത്തിലെ ഈ പരിമിതിയെ മനസ്സിലാക്കിയാണ് മൂന്നു ഭാഗങ്ങളായുള്ള ഈ പുസ്തകത്തിന്റെ പ്രസാധനം ബോധി ബുക്സ് ഏറ്റെടുത്തത്.

മനഃശാസ്ത്ര വിജ്ഞാനത്തിന്റെ ഏറ്റവും ആധുനിക രൂപമാണ് ട്രാൻസാക്ഷണൽ അനാലിസ്സിസ്. സമൂഹത്തിന്റെ ഏറ്റവും ചെറിയ ഏകകമായ വ്യക്തിയെ കേന്ദ്രീകരിച്ചുള്ള പഠനങ്ങൾക്കാണ് ഇതിൽ പ്രാഥമിക പരിഗണന. സിഗ്മണ്ട് ഫ്രോയിഡിനെത്തുടർന്ന് മനഃശാസ്ത്ര വിജ്ഞാനത്തിന്റെ തുടർച്ചയ്ക്കും വളർച്ചയ്ക്കും ഗണനീയമായ സംഭാവനകൾ നൽകിയ എറിക് ബേണിന്റെ കണ്ടെത്തലുകളാണ് ട്രാൻസാക്ഷണൽ അനാലിസ്സിസ് സൈക്കോളജിയുടെ വൈജ്ഞാനികാടിത്തറ.

ഈ വിജ്ഞാനമേഖലയെക്കുറിച്ചും അതിന്റെ അപരിമേയമായ സാധ്യതകളെക്കുറിച്ചും ആശയവിനിമയത്തിൽ വ്യക്തിയെ എപ്രകാരം പുതുക്കിപ്പണിത് പുതിയ മനുഷ്യനാക്കിത്തീർക്കാമെന്നതിനെക്കുറിച്ചും മനസ്സിലാക്കാൻ ഈ പുസ്തകം വായനക്കാരനെ സഹായിക്കും.

മലയാളഭാഷയ്ക്കും സാഹിത്യത്തിനും മുതൽക്കൂട്ടായ പുസ്തക പരമ്പര അഭിമാനത്തോടെ കൈരളിക്കു സമർപ്പിക്കുന്നു.

ഹരികുമാർ ഇളയിടത്ത്

ആമുഖം

ഒരു പ്രവൃത്തിയോ സംസാരമോ കഴിഞ്ഞതിനുശേഷം അല്പ സമയത്തിനുള്ളിൽ നമ്മൾ ഒരു പുനരാലോചനക്കു ശ്രമിക്കുമ്പോൾ സങ്കടപ്പെടേണ്ടി വരുന്നുവെങ്കിൽ അത് ജീവിതത്തിലെ ഏറ്റവും വേദനാജനകമായ നിമിഷമായിരിക്കും. കുറച്ചുകൂടി സന്തോഷവും സംതൃപ്തിയും നൽകുന്ന ഒരു സംസാരമോ പ്രവൃത്തിയോ ആകാമായിരുന്നു എന്ന് അപ്പോൾ തിരിച്ചറിയുന്നുവെങ്കിൽ, നമ്മൾ കൂടുതൽ ജ്ഞാനിയായി വളർന്നു എന്ന് സ്വയം ബോധ്യപ്പെടുന്ന നിമിഷമാണത്. ബുദ്ധിയ്ക്കപ്പുറം വിവേകത്തെ കൂട്ടുപിടിച്ച് അവനവനെ സ്വയം വിലയിരുത്തുന്നതിനു വായനക്കാരെ പാകപ്പെടുത്തുക എന്ന ലക്ഷ്യമാണ് ഈ രചനയുടെ പിന്നിലുള്ളത്.

വ്യക്തികൾക്ക് തങ്ങളുടെ ആശയവിനിമയ, പ്രവർത്തന രീതികളിലുള്ള പോരായ്മകളേപ്പറ്റി അറിവു ലഭിച്ചാൽ, പ്രവർത്തനങ്ങളിൽ വേണ്ട മാറ്റം വരുത്തി നല്ല വ്യക്തിബന്ധങ്ങൾ സൃഷ്ടിക്കുവാൻ അവർക്കു കഴിയും, പ്രത്യേകിച്ച് ചെറിയകുട്ടികളുടെ അദ്ധ്യാപകർക്കും അച്ഛനമ്മമാരാകാൻ ഒരുങ്ങുന്നവർക്കും.

ആധുനിക മനഃശാസ്ത്രത്തിന്റെ രൂപമായ ട്രാൻസാക്ഷണൽ അനാലിസിസ് സൈക്കോളജിയെ കൂട്ടുപിടിച്ചുകൊണ്ട് ആശയവിനിമയങ്ങളെ വിശകലനം ചെയ്യാനുള്ള ഒരു ശ്രമമാണ് ഈ രചനയിലൂടെ നടത്തുന്നത്. നമ്മുടെ ജീവിതത്തിലെ പല പ്രശ്നങ്ങളുടെയും പ്രധാനകാരണം ആശയവിനിമയങ്ങളിലെ പോരായ്മകളാണ്. അവ എന്തുകൊണ്ട് സംഭവിക്കുന്നു എന്നും എങ്ങനെയെല്ലാം പരിഹരിക്കാമെന്നും പറയുന്ന ഒരു മനഃശാസ്ത്ര വിഭാഗമാണ് ട്രാൻസാക്ഷണൽ അനാലിസിസ് സൈക്കോളജി (T.A. Psychology).

1960കളിൽ അമേരിക്കയിൽ രൂപംകൊണ്ട ഈ തത്ത്വശാസ്ത്രത്തിന്റെ ഉപജ്ഞാതാവ് ഡോ. എറിക് ബേൺ (Dr. Eric Berne) ആണ്. ഇന്ന് ഇന്ത്യയുൾപ്പടെ ഒട്ടുമിക്ക ലോകരാജ്യങ്ങളിലും ഇത് പ്രയോഗത്തിൽ വരുത്തുന്നുണ്ട്. ജീവിതവിജയത്തിനുള്ള മന്ത്രമാണ് റ്റി.എ സൈക്കോളജിയിലൂടെ ഉരുക്കഴിക്കുന്നത്.

മനുഷ്യബന്ധങ്ങൾ മാത്രമല്ല രാജ്യാന്തര ബന്ധങ്ങളെ പോലും ദൃഢമാക്കാനും ശിഥിലമാക്കാനും ആശയവിനിമയങ്ങൾക്കു കഴിയും. ശരിയായ ധരിക്കലും ധരിപ്പിക്കലും കൂടിച്ചേരുമ്പോൾമാത്രമാണ് ആശയവിനിമയം ഒരു കലയായി മാറുന്നത്. ഒരാളിന്റെ ജീവിത പരിസരങ്ങളും പാരമ്പര്യവും അയാളുടെ ആശയവിനിമയ രീതികളെ സ്വാധീനിക്കാറുണ്ട്. പഞ്ചേന്ദ്രിയങ്ങളിലൂടെ എത്തുന്ന അനുഭവങ്ങൾ ഉണ്ടാക്കുന്ന വികാരങ്ങളാണ് നമ്മളിൽ ധാരണകളെ രൂപപ്പെടുത്തുന്നത്. ഈ ധാരണകളുടെ അടിസ്ഥാനത്തിലാണ് തീരുമാനങ്ങൾ ഉണ്ടാകുന്നത്. നാം പേറിനടക്കുന്ന ധാരണകളിലെ ശരി തെറ്റുകളേപ്പറ്റിയും അതുമൂലമുണ്ടാകുന്ന തീരുമാനങ്ങളും ഭാവങ്ങളും മനുഷ്യബന്ധങ്ങളെ എങ്ങനെയെല്ലാം ബാധിക്കുന്നതിനേപ്പറ്റിയുമാണ് മൂന്നു ഭാഗങ്ങളുള്ള ഈ പുസ്തകത്തിൽ വിശകലനം ചെയ്യുന്നത്.

ഒരു സ്കൂളിലെ രക്ഷാകർത്താക്കൾക്കു വേണ്ടി തുടർച്ചയായി നടത്തുന്ന ബോധവൽക്കരണ ക്ലാസിലെ പ്രഭാഷണങ്ങളുടെ രൂപത്തിലാണ് ഈ പുസ്തകത്തിലെ വിഷയാവതരണം.

ഉത്തേജനം വരുന്ന വഴികൾ, സ്വഭാവരൂപീകരണത്തിൽ ഫിസിക്കൽ സ്ട്രോക്കുകളുടെ പങ്ക്, സ്ട്രോക്കുകളുടെ കൊടുക്കൽവാങ്ങലുകളിൽ കണ്ടുവരുന്ന അബദ്ധ ധാരണ കൾ, പോസിറ്റീവ് എന്ന ധാരണയിൽ കൊടുക്കുന്ന സ്ട്രോക്കുകൾ നെഗറ്റീവായി മാറുന്ന കാഴ്ചകൾ, നിർജീവ വാക്കുകളും മാനസിക അടുപ്പവും, മനസ്സിനേൽക്കുന്ന മുറിവുകളും മുറിവുണക്കലും, എന്നിങ്ങനെയുള്ള വിഷയങ്ങളിലൂടെയാണ് 'ആശയ വിനിമയങ്ങളിലെ മുള്ളും മലരും' എന്ന ഈ പുസ്തകത്തിന്റെ രണ്ടാം ഭാഗമായ 'ഉത്തേജനവും പ്രതികരണങ്ങളും' കടന്നുപോകുന്നത്.

ഒന്നാം ഭാഗത്തിൽ അനുഭവങ്ങളേയും ധാരണകളേയും പറ്റി പറയുമ്പോൾ മൂന്നാം ഭാഗത്തിൽ തലയിലെഴുത്തിനേയും വ്യക്തിഭാവങ്ങളേയും പറ്റിയാണ് പറയുന്നത് .

ഈ പുസ്തകത്തിൽ പറയുന്ന ഏറെ കഥകളും സംഭവ കഥകളാണ്. വായനകളിലൂടെ മനസ്സിലാക്കിയതും പ്രഭാഷണ ങ്ങളിലൂടെ കേട്ടറിഞ്ഞതും എന്റേയും എന്റെ അറിവിൽ പ്പെട്ടവരുടെയും ജീവിതാനുഭവങ്ങളെ നിരീക്ഷിച്ചു ബോധ്യ പ്പെട്ടതുമായ കാര്യങ്ങൾ അനുവാചകർക്ക് പ്രയോജനപ്പെടട്ടെ എന്ന ചിന്തയും ആഗ്രഹവുമാണ് ഇങ്ങനെ ഒരു പുസ്തകം എഴുതാൻ എനിക്കു പ്രേരണയായത്.

ഈ പുസ്തകംആകർഷകമായ രീതിയിൽ പുറത്തിറക്കിയ ബോധി ബുക്സിനോടും അതിന്റെ ഉടമ ശ്രീ. ഹരികുമാർ ഇളയിടത്ത്, പുസ്തകത്തിന്റെ നന്മയ്ക്കുവേണ്ടി സഹകരിച്ച ശ്രീ. കരുവാറ്റ കെ.എം. പങ്കജാക്ഷൻ എന്നിവരോടും എനിയ്ക്കുള്ള സ്നേഹവും കടപ്പാടും രേഖപ്പെടുത്തുന്നു.

വിജയൻ ചെമ്പക

ഉള്ളടക്കം

ഉത്തേജനം വരുന്ന വഴികൾ

ഇന്നൊരു പുതിയ വിഷയമാണ്. സ്റ്റിമുലേഷൻ അഥവാ ഉത്തേജനം. പഞ്ചേന്ദ്രിയങ്ങൾവഴി ലഭിക്കുന്ന അനുഭവങ്ങൾ അഥവാ സ്ട്രോക്കുകളാണ് ഉത്തേജനം ഉണ്ടാക്കുന്നത്. മനസ്സിനെ നിർവികാരമായ അല്ലെങ്കിൽ നിഷ്പക്ഷമായ അവസ്ഥയിൽനിന്നും സന്തോഷകരമായ അല്ലെങ്കിൽ ദുഃഖകരമായതോ പേടിപ്പെടുത്തുന്നതോ രോഷം ഉണ്ടാക്കുന്നതോ ആയ അവസ്ഥയിലേക്ക് മാറ്റുന്ന അനുഭവങ്ങളാണ് ഉത്തേജനത്തിനു കാരണം. ഇഷ്ടപ്പെടാത്ത അനുഭവങ്ങൾ നെഗറ്റീവ് സ്റ്റിമുലേഷൻ ഉണ്ടാക്കുമ്പോൾ, ഇഷ്ടപ്പെടുന്ന അനുഭവങ്ങൾ പോസിറ്റീവ് സ്റ്റിമുലേഷൻ ഉണ്ടാക്കുന്നു.

ഒരു ടെക്സ്റ്റയിൽ ഷോപ്പിലേക്ക് ഭാര്യയും ഭർത്താവുംകൂടി കയറുന്നു എന്നു വിചാരിക്കുക. ഒരു സാരിവാങ്ങുക എന്നതാണു ലക്ഷ്യം. വിൽപ്പനക്കാരി പലസാരികളുമെടുത്തു നിവർത്തിക്കാണിക്കുന്നു. ഒന്നിനോടും ഭാര്യക്കൊരിഷ്ടവും തോന്നാതിരിക്കുമ്പോൾ സെയിൽസ്ഗേൾ വിലകൂടിയ ഒരു സാരി കൊണ്ടുവന്നു സ്വന്തംശരീരത്തിൽ ധരിച്ചുകാണിച്ചിട്ട് ഇന്നലെ വന്ന പുതിയ ഇനമാണെന്നു പറയുന്നു. സെയിൽസ്ഗേൾ സാരി ധരിച്ചത് പഞ്ചേന്ദ്രിയങ്ങളിൽ ഒന്നായ കണ്ണുകൊണ്ടു കാണുന്ന കാഴ്ചയാണ് അനുഭവം. ഈ അനുഭവം ഇഷ്ടപ്പെട്ടപ്പോൾ ഭാര്യയുടെ മുഖം പ്രസന്നമാകുന്നു. ഇതിന്റെ പേരാണ് ഉത്തേജനം. ഉത്തേജനത്തിന്റെ ഫലമായി ഒരുവികാരം ഉണ്ടാകുന്നു. ഇങ്ങനെ വികാരം കൊള്ളുമ്പോഴാണ് സാരി കൊള്ളാമെന്നൊരു ചിന്ത ഉള്ളിലുണ്ടാകുന്നത്. ഉടനതു വാങ്ങണം വാങ്ങണമെന്ന് ഉള്ളിലിരുന്നു പറയും, അതാണ് പ്രതികരണം. ഭാര്യ ഇങ്ങനെ പ്രതികരിക്കുമ്പോൾ എന്തു സംഭവിക്കും?

‘ഭർത്താവിന്റെ പോക്കറ്റ് കാലിയാകും’ നാരായണൻ അതു പറയുമ്പോൾ അവിടെയാകെ ചിരിയുടെ പൂത്തിരികൾ തെളിഞ്ഞു. ചിരിയൊന്നമർന്നപ്പോൾ ടീച്ചർ വിഷയത്തിലേക്കു തിരിച്ചുവന്നു.

ഭർത്താവ് സാരി വാങ്ങിക്കൊടുത്തില്ലെങ്കിൽ ഭാര്യക്കെന്തു തോന്നും, നിരാശ തോന്നില്ലേ? അപ്പോഴെന്തായാരിക്കും ഭാര്യയുടെ പ്രതികരണം?

‘എന്റെ ദൈവമേ എനിക്കേതുനേരത്താണോ ഈപിശുക്കനെ കെട്ടാൻ തോന്നിയത്’ പലചരക്കുകട നടത്തുന്ന ബാബു അതു പറയുമ്പോൾ സ്ത്രീകളുടെ മുഖത്താകെ അമർത്തി പ്പിടിച്ചൊരു പുഞ്ചിരി.

അതിനിടയിൽ ടീച്ചർ വീണ്ടും തുടങ്ങി.

പ്രതികരണം വരുന്ന വഴി ഏതാണെന്ന് എല്ലാവർക്കും മനസ്സിലായല്ലോ?

1-അനുഭവങ്ങളിൽ നിന്നും ഉത്തേജനം

2-ഉത്തേജനത്തിൽ നിന്നും വികാരം

3-വികാരത്തിൽനിന്നും ചിന്ത

4-ചിന്തയിൽനിന്നും പ്രതികരണം

ഇഷ്ടപ്പെട്ട സാരി കിട്ടിയാൽ ആ അനുഭവം ഭാര്യയിൽ പോസിറ്റീവ് സ്റ്റിമുലേഷൻ ഉണ്ടാക്കും. കിട്ടിയില്ലെങ്കിലോ അവിടെ നെഗറ്റീവ് സ്റ്റിമുലേഷൻ നടക്കും. അതു ചിലപ്പോൾ കലഹത്തിനു വഴിവെക്കും.

പലഹാരക്കാഴ്ചയ്ക്കു മുന്നിലെ പെൺകുട്ടി

ചെറുപ്പത്തിൽ ഞാൻ അച്ഛനോടൊപ്പം നടക്കാൻ പോയിരുന്ന വഴിയരികിൽ ഒരു ചായക്കടയുണ്ടായിരുന്നു. കടയുടെ മുന്നിലെത്തുമ്പോൾ എന്റെ തല കടയിലെ കണ്ണാടിയലമാരിയിലേക്കു തിരിയുമായിരുന്നു എന്ന് പിൽക്കാലത്ത് അച്ഛൻ പറയുന്നതു കേട്ടിട്ടുണ്ട്. എന്റെ തല അങ്ങനെ തിരിയുന്നതിന്നുള്ള കാരണം എന്തായിരിക്കാം? കാരണം മറ്റൊന്നുമല്ല, കടയിലെ കണ്ണാടി അലമാരയിൽ നിറയെ പലഹാരങ്ങൾ നിരത്തിവച്ചിരിക്കുകയല്ലേ, മനുഷ്യനെ കൊതിപ്പിക്കാൻ.

പലഹാരക്കാഴ്ചയിലൂടെ എനിക്കു കിട്ടിയതെന്താണ്? പോസിറ്റീവ് സ്റ്റിമുലസ്. എല്ലാവർക്കും വേണ്ടതും അതു തന്നെയല്ലേ? പലഹാരങ്ങൾ കാണുമ്പോൾ അന്നെന്റെ വായിൽ വെള്ളമൂറിയിട്ടുണ്ട്.

എന്താകാര്യം?

മുൻപ് കഴിച്ചതിന്റെ രുചി ഞാനോർത്തു. അതൊരുതരം വികാരം കൊള്ളലാണ്. അപ്പോൾ പലഹാരം വാങ്ങണമെന്നുള്ള ചിന്തയുണ്ടാകും.

ചിന്തയുടെ ഫലമായി അച്ഛനെക്കൊണ്ടതു വാങ്ങിപ്പിക്കാൻ ഞാൻ നിർബ്ബന്ധം പിടിക്കും. ഈ നിർബ്ബന്ധമാണ് പ്രതികരണം.

കള്ളുഷാപ്പിന്റെ മുന്നിലെത്തുന്ന മദ്യപൻ

ഭർത്താവിന്റെ കള്ളുകുടി നിറുത്താനായിട്ട് ഭാര്യ അദ്ദേഹത്തെ ബസിൽ കയറ്റി ധ്യാനകേന്ദ്രത്തിലേക്കു വിടുന്ന ഒരു രംഗം ആകാശദൂത് എന്ന സിനിമയിലുണ്ട്. അതുല്യനടനായിരുന്ന ഭരത് മുരളി ആയിരുന്നു ഭർത്താവിന്റെ വേഷം അഭിനയിച്ചത്. പോകുംവഴി ബസ്സ് ഒരിടത്തു നിറുത്തുമ്പോൾ വഴിവക്കിൽ ഒരു കള്ളുഷാപ്പിന്റെ ബോർഡ് അയാൾ കാണുന്നു. എത്രശ്രമിച്ചിട്ടും ആ ബോർഡിനെ നോക്കാതിരിക്കാൻ അയാൾക്കാകുന്നില്ല. ബെല്ലുകൊടുത്തു ബസ് നീങ്ങിത്തുടങ്ങുമ്പോഴേക്കും അയാളുടെ സകല നിയന്ത്രണങ്ങളും നഷ്ടപ്പെട്ടു. പെട്ടെന്ന് അയാളവിടെ ചാടിയിറങ്ങുകയാണ്. ധ്യാനത്തിന്റെ കാര്യമെല്ലാം മറന്ന അയാൾ നേരേ ഷാപ്പിലെക്കു നടക്കുന്നു. മദ്യഷാപ്പിനു മുന്നിലൂടെ പോകുമ്പോൾ ഒരു മദ്യപാനിക്കു ലഭിക്കുന്ന പോസിറ്റീവ് സ്റ്റിമുലസാണ് അതിനു കാരണം. മുമ്പ് കഴിച്ചതിന്റെ ലഹരി ഓർത്തുള്ള വികാരം കൊള്ളലാണത്. അങ്ങനെ വികാരം കൊള്ളുമ്പോൾ അതു വാങ്ങണമെന്ന ചിന്തയുണ്ടാവുന്നു.

ഇനിയൊരു ചോദ്യം.

അചേതന വസ്തുക്കൾക്കു നമ്മളെ ഉത്തേജിപ്പിക്കാൻ കഴിയുമോ ഇല്ലയോ?

കഴിയും ടീച്ചറേ, അതുകൊണ്ടല്ലേ പലഹാരം കണ്ടപ്പോൾ അന്നു ടീച്ചറുടെ വായിൽ വെള്ളമൂറിയത്.

ആരാണതു പറഞ്ഞത് കമലയാണോ? എങ്കിൽ കമലയോട് ഒരു ചോദ്യം കൂടി. ഒരേ വസ്തു തന്നെ ഒന്നിലേറെ ആളുകൾ കാണുന്നു എന്നിരിക്കട്ടെ. എങ്കിൽ അവർക്കുണ്ടാകുന്ന ഉത്തേജനവും വികാരങ്ങളും ചിന്തകളും പ്രതികരണങ്ങളുമെല്ലാം ഒന്നുപോലെ ആയിരിക്കുമോ?

ഒന്നുപോലെ ആയിരിക്കില്ല. ഒരു സാരി ഞാൻ കാണുമ്പോൾ

അത് എന്നിൽ ഉണ്ടാക്കുന്ന ഉത്തേജനമായിരിക്കില്ല മറ്റുള്ളവർ കാണുമ്പോൾ അവരിൽ ഉണ്ടാക്കുന്നത്. കാരണം എന്റേയും മറ്റുള്ളവരുടേയും അഭിരുചികൾ ഒന്നുപോലെ ആകണമെന്നില്ലല്ലോ. അതിനാൽ അവരുടെ പ്രതികരണം എന്നിൽനിന്നും വ്യത്യസ്തമായിരിക്കും. ഈ പ്രതികരണങ്ങൾ അനുസരിച്ചായിരിക്കും ഞാനും അവരും സാരി വാങ്ങുന്നതും വാങ്ങാതിരിക്കുന്നതും.

അതുശരി, അപ്പോൾ ഒരു വസ്തു കാണുമ്പോൾ എന്തുവികാരം ഉണ്ടാകുന്നു എന്നതാണ് പ്രധാനം അല്ലേ. ചിലർക്ക് ഇഷ്ടപ്പെടുമെങ്കിൽ മറ്റുചിലർക്ക് ഇഷ്ടപ്പെടില്ലായിരിക്കും. അതായത് വികാരം എല്ലാവർക്കും ഒന്നുപോലെ ഉണ്ടാകണമെന്നില്ല എന്നല്ലേ അതിന്റെ സാരം. ഇതുപോലെതന്നെയാണ് ചിലരുടെ സംസാരം കേൾക്കുമ്പോൾ നമുക്കുണ്ടാകുന്ന വികാരവും അതേത്തുടർന്നുണ്ടാകുന്ന പ്രതികരണവും. ആശയവിനിമയങ്ങളിലൂടെ വ്യക്തിബന്ധങ്ങളുടെ ഊഷ്മളത നിലനിർത്തുന്നതിൽ പ്രതികരണത്തിനുള്ള സ്വാധീനം വളരെ വലുതാണ്.

കുഞ്ഞിന്റെ വിശ്വാസം കാക്കുന്ന അമ്മ

രാവിലെ എട്ടുമണിക്ക് കാപ്പികുടി കഴിഞ്ഞ് പുറത്തു കളിക്കാൻ പോയ പത്തുവയസുകാരൻ 'അമ്മേ വിശക്കുന്നു' എന്നു പറഞ്ഞ് ഓടിവരുകയാണ്. മണി പതിനൊന്നായതേയുള്ളു, ചോറു പാകമായെങ്കിലും കറികളൊന്നുമായില്ല. സാധാരണഗതിയിൽ ആ കുഞ്ഞിനോട് അമ്മ എന്തായിരിക്കും പറയുക, എങ്ങനെ ആയിരിക്കും പറയുക? അവിടെ ഒരാൾ കൈ പൊക്കുന്നുണ്ടല്ലോ. ഇന്ദിരയല്ലേ, ങ, പറയൂ.

ദേ,അമ്മയിപ്പം ചോറു തരാം മോനേ,ഒരഞ്ചു മിനിട്ട്. ഈ കറിയൊന്നു വേവുന്ന താമസമേയുള്ളു.

അങ്ങനെ പറയുന്നതിലൂടെ ഇന്ദിരാമ്മ കുഞ്ഞിന് ആശ കൊടുക്കുകയാണ്. ചോറിപ്പോൾ കിട്ടുമെന്നുള്ള ഉറപ്പ് കേൾക്കുമ്പോൾത്തന്നെ കുഞ്ഞിനൊരു പോസിറ്റീവ് സ്റ്റിമുലസ്സ് കിട്ടിയിട്ടുണ്ടാകും. ഈ പോസിറ്റീവ് സ്റ്റിമുലസിൻമേൽ കുറേസമയം ചെല വഴിക്കാൻ കുട്ടിക്കു കഴിയും. അപ്പോഴേക്കും അമ്മയ്ക്കു സമാധാനമായി കറികളുണ്ടാക്കാനും കഴിയും. പറഞ്ഞ സമയത്തിനുള്ളിൽ ചോറു കിട്ടുമ്പോൾ കുഞ്ഞിന് അമ്മയുടെ വാക്കുകളിൽ വിശ്വാസം ഉണ്ടാകും. ആ വിശ്വാസം അവർക്കിടയിൽ നല്ലൊരു ബന്ധത്തിനു

കാരണമാകും.

കുഞ്ഞിന്റെ വികാരത്തെ ചോദ്യം ചെയ്യുന്ന അമ്മ

ഇനിയും മറ്റൊരു വീട്ടിലേക്കു പോകാം. അവിടെ ഒരു ഏഴു വയസുകാരൻ കളികഴിഞ്ഞു വരുകയാണ്. വന്നയുടൻ അവൻ 'അമ്മേ വിശക്കുന്നു ചോറു താ'.

'ങേ! ഇപ്പൊഴല്ലേ നീ കാപ്പി കുടിച്ചിട്ടങ്ങോട്ടു പോയത്. അതിനിടയിലെന്താ ഇത്ര വിശപ്പ്. നിന്റെ വയറ്റിലെന്താ കോഴിയും കുഞ്ഞുമുണ്ടോ? ചുമ്മാതല്ല നീ പൊണ്ണത്തടിയനായി വരുന്നത്. എപ്പോഴും തിന്നുകൊണ്ടിരിക്കുന്ന തെക്കേ വീട്ടിലെ ചെക്കനെ ഇന്നലെ വയറുവേദയായിട്ടു ആശുപത്രിയിൽ കൊണ്ടുപോയി, നീ അറിഞ്ഞോ?'

കുഞ്ഞിന് ഏതോ നല്ലകാര്യം പറഞ്ഞുകൊടുക്കുകയാണെന്ന വിശ്വാസത്തിലാണ് ഈ അമ്മ ഇതെല്ലാം പറയുന്നത്.

'കൂടെക്കൂടെ കൂടുതൽ ആഹാരം കഴിച്ചാൽ അത് വയറിന് അസുഖമുണ്ടാക്കുമെന്നും പൊണ്ണത്തടിയനാകുമെന്നുമുള്ള കാര്യം കുഞ്ഞിനു പറഞ്ഞുകൊടുക്കുന്നത് നല്ല കാര്യമല്ലേ ടീച്ചർ?' പാർവ്വതിക്കൊരു സംശയം.

ആ അമ്മയേപ്പോലെതന്നെയാണ് പാർവ്വതിയും ചിന്തിക്കുന്നത്. അതാണിങ്ങനെയൊരു സംശയം ഉന്നയിച്ചത്. പക്ഷേ, ഇതു കേൾക്കുന്ന കുഞ്ഞിനു കിട്ടുന്ന സ്റ്റിമുലസ് എന്താണെന്ന് പാർവ്വതി ആലോചിച്ചിട്ടുണ്ടോ? അതിൽ മുഴുവൻ നെഗറ്റീവല്ലേയുള്ളൂ. ഇപ്പോഴല്ലേ നീ കാപ്പി കുടിച്ചതെന്നു ചോദിച്ചപ്പോൾ കുഞ്ഞിന്റെ വിശപ്പ് എന്ന വികാരത്തെ അമ്മ ചോദ്യം ചെയ്തു. വയറ്റിൽ കോഴിയും കുഞ്ഞുമുണ്ടോ എന്നു ചോദിച്ചപ്പോൾ ആ കുഞ്ഞു കളിയാക്കലിനു വിധേയമായി. പൊണ്ണത്തടിയുടെ പേരിൽ കുറ്റപ്പെടുത്തിയപ്പോൾ തന്റെ തടി അമ്മയ്ക്കിഷ്ടമല്ലെന്നും തന്നോടു വെറുപ്പാണെന്നുമുള്ള വിഷമം കുഞ്ഞിന്റെ ഉള്ളിലുണ്ടായി. തെക്കേ വീട്ടിലെ ചെക്കനെ ആശുപത്രിയിൽ കൊണ്ടുപോയെന്നു പറഞ്ഞുകേട്ടപ്പോൾ കുഞ്ഞിന്റെ മനസ്സിൽ ഭയവും കയറിക്കൂടി. ഈ അമ്മയും കുഞ്ഞുമായുള്ള ആശയവിനിമയം ആരോഗ്യകരമല്ലാത്തതിനാൽ അവർ തമ്മിലുള്ള ബന്ധത്തിനേയും അതു പ്രതികൂലമായി ബാധിക്കും. ഇനിയും ഇതുവരെ പറഞ്ഞതിന്റെ ചുരുക്കം പറയാം.

1. ഒരേ അനുഭവം പലരിലും പല വികാരങ്ങളായിരിക്കും ഉണ്ടാക്കുന്നത്

2. ആരുടേയും ഒരു വികാരത്തിനേയും ചോദ്യംചെയ്യാൻ പാടില്ല.

3. കുഞ്ഞുങ്ങളെ യാതൊന്നും പറഞ്ഞ് ഭയപ്പെടുത്തരുത്, പകരം അവർക്കു മനസ്സിലാകുന്ന രീതിയിൽ ബോധ്യപ്പെടുത്താൻ ശ്രമിക്കണം

4. ആരെയും കളിയാക്കാൻ പാടില്ല, പ്രത്യേകിച്ച് കുഞ്ഞുങ്ങളെ.

5. നിറം, വണ്ണം, പൊക്കം, ശരീരാവയവങ്ങൾ എന്നിവയുടെ പ്രത്യേകതകളും പോരായ്മകളും മറ്റുള്ളവരുമായി താരതമ്യം ചെയ്യാൻ പാടില്ല.

ഉത്തേജനം ചോദിച്ചുവാങ്ങുന്നവർ

ഒരിക്കൽ ഒരു സ്കൂളിന്റെ ഗ്രൗണ്ടിൽ അവിടത്തെ ഫുട്ബോൾ ടീം കളിക്കുന്നതു കാണാനിടയായി. ത്രസിപ്പിക്കുന്ന മുന്നേറ്റങ്ങളും മാരകമായ ഡിഫൻഡുകളും ഗ്രൗണ്ടിൽ നടക്കുമ്പോഴും ഗോളുകൾ വീഴുമ്പോഴുമെല്ലാം ഗ്രൗണ്ടിനു പുറത്ത് ഒരു കുട്ടി ഇരുന്ന് ആർത്തുചിരിച്ചു കയ്യടിക്കുന്ന കാഴ്ച ഞാനവിടെക്കണ്ടു. ശ്രദ്ധിച്ചപ്പോൾ ആ കുട്ടിക്ക് ഒരുകാൽ സ്വാധീനമില്ലെന്നു മനസ്സിലായി. ഗ്രൗണ്ടിലിറങ്ങി കളിച്ചു സന്തോഷം കണ്ടെത്താൻ കഴിയാത്ത ആ കുട്ടി, കളി ആസ്വദിച്ചു കാണുന്നതിലൂടെ സന്തോഷം കണ്ടെത്തുകയാണ്. അപ്പോൾ അതിനൊരു ഉന്മേഷം കിട്ടുന്നുണ്ട്. ഈ ഉത്തേജനം അഥവാ സ്റ്റിമുലസ് കിട്ടാനാണ് നമ്മളെല്ലാവരും എപ്പോഴും ആഗ്രഹിക്കുന്നത്. എല്ലാവർക്കും സ്റ്റിമുലസ് വേണം. കിട്ടിയില്ലെങ്കിൽ ചോദിച്ചു വാങ്ങുന്നവരുമുണ്ട്.

'അതെങ്ങനെയാണ് ടീച്ചർ, സ്റ്റിമുലസ് ചോദിച്ചുവാങ്ങുന്നത്?'

പറയാം, എന്റെ മകൾക്ക് എട്ടുമാസം മാത്രം പ്രായമുള്ളപ്പോൾ ആദ്യമായി ഞാൻ അവളെ വീടിനുപുറത്തേക്ക് കൊണ്ടുപോയി. കരച്ചിൽ അടങ്ങുന്നതിനു വേണ്ടിയാണുകൊണ്ടുപോയത്. വൈകിട്ട് അഞ്ചുമണിക്ക് ഒരു ട്രോളിയിൽവെച്ചു കൊണ്ടുപോവുകയായിരുന്നു. അങ്ങനെ പോകുമ്പോൾ അവളുടെ കരച്ചിൽ ശമിച്ചു. പിറ്റേദിവസം ഏകദേശം അതേസമയം ആയപ്പോൾ അവൾ കരയാൻ തുടങ്ങി, കാരണം എന്തെന്ന് മനസ്സിലായില്ല. കുറേനേരം കരഞ്ഞു കഴിഞ്ഞപ്പോൾ, പുറത്തേക്കൊന്നു കൊണ്ടുപോയാലോ എന്നു വിചാരിച്ചുകൊണ്ട് അവളെ ട്രോളിയിൽ എടുത്തിരുത്തി. പൊടുന്നനേ കരച്ചിലിനു ശമനമുണ്ടായി. ട്രോളി പുറത്തിറങ്ങിയപ്പോഴേക്കും കരച്ചിൽ പൂർണ്ണമായും അവസാനിച്ചു. പിന്നീടുള്ള ദിവസങ്ങളിലും ഇതാവർത്തിച്ചു.

'കുഞ്ഞു കരച്ചിൽ നിറുത്താനുള്ള കാരണം, പുറത്തെ കാഴ്ചകൾ കണ്ടപ്പോൾ കിട്ടിയ പോസിറ്റീവ് സ്റ്റിമുലസാണ്. ആ സ്റ്റിമുലസ്സ് കുഞ്ഞു ചോദിച്ചു വാങ്ങിയതല്ലേ?'

'എട്ടുമാസം മാത്രം പ്രായമുള്ള കുഞ്ഞ് എങ്ങനെയാണ് സ്റ്റിമുലസ് ചോദിച്ചുവാങ്ങുന്നത്?' സംശയം ഹോട്ടലുടമയായ സുധീറിനായിരുന്നു.

'അതിനല്ലേ സുധീറേ കുഞ്ഞു കരഞ്ഞത്. ആ പ്രായത്തിൽ കുഞ്ഞുങ്ങൾ അവരുടെ ആവശ്യങ്ങളറിയിക്കുന്നതിനായി ഉപയോഗിക്കുന്ന ഭാഷ ഏതാണ്? കരച്ചിൽ മാത്രമല്ലേ, അപ്പോൾ കുഞ്ഞിന്റെ അസ്പഷ്ടമായ ശബ്ദങ്ങളും കരച്ചിലുകളും സൂക്ഷ്മതയോടെ നിരീക്ഷിച്ച് അതിന്റെ അർത്ഥം കണ്ടെത്തേണ്ടിയിരിക്കുന്നു. അതെങ്ങനെയാണെന്നു നോക്കാം.

കുഞ്ഞു കരയുകയോ ഏതെങ്കിലും പ്രത്യേകശബ്ദം പുറപ്പെടുവിക്കുകയോ ചെയ്യുന്ന സമയം, സാഹചര്യം, പരിസരം, കുഞ്ഞിന്റെ ആരോഗ്യം ഇതെല്ലാം വിലയിരുത്തിക്കൊണ്ട് അമ്മയുടെ ഭാവനയിൽ നിന്നാണ് ഈ അർത്ഥകൽപ്പന ഉണ്ടാകുന്നത്, അഥവാ ഉണ്ടാകേണ്ടത്. അമ്മയുടെ നിരന്തരനിരീക്ഷണാനുഭവ, പരിചയങ്ങളിലൂടെ മാത്രമാണ് അതു സംഭവിക്കുന്നത്.

നിങ്ങളുടെ കുഞ്ഞുങ്ങൾക്ക് പോസിറ്റീവ് സ്റ്റിമുലസ് കിട്ടാനായിട്ട് അറിഞ്ഞുകൊണ്ടു നിങ്ങളെന്തെങ്കിലും ചെയ്തിട്ടുണ്ടോ? ചെയ്തിട്ടുണ്ടായിരിക്കാം. പക്ഷേ അതു പലപ്പോഴും കുഞ്ഞ് കരഞ്ഞു ശാഠ്യം പിടിക്കുമ്പോൾ മാത്രമായിരുന്നില്ലേ ? അപ്പോൾ നിങ്ങൾ കുഞ്ഞിനു സ്റ്റിമുലസ് കൊടുത്തതാണോ? അല്ല, കുഞ്ഞു ചോദിച്ചു വാങ്ങിയതല്ലേ? നാലുമാസം പ്രായമായാലും എട്ടു മാസം പ്രായമായാലും കുഞ്ഞുങ്ങൾക്ക് എപ്പോഴും വേണ്ടത് പോസിറ്റീവ് സ്ട്രോക്കാണ്. അതു കൊടുക്കാൻ ആരും അടുത്തില്ലെങ്കിൽ കുഞ്ഞുങ്ങൾ സ്വയംകണ്ടെത്തും. അങ്ങനെയാണ് കുഞ്ഞുങ്ങൾ ചിലപ്പോൾ വിരൽ ചപ്പുന്നതു് ശീലമാക്കുന്നത്.

എപ്പോഴാണീ വിരൽചപ്പൽ സംഭവിക്കുക എന്നറിയുമോ? തന്നെ ശ്രദ്ധിക്കാനും സ്ട്രോക്കു തരാനുമായി ആരുമില്ലെന്നു കുഞ്ഞിനു തോന്നുന്ന അരക്ഷിതാവസ്ഥയിൽ അതു സംഭവിക്കും.

ചുരുക്കത്തിൽ കുഞ്ഞുങ്ങൾക്ക് ഏകാന്തത അനുഭവപ്പെടരുതെന്നു സാരം അല്ലേ ടീച്ചർ?

'അതേ രമണീ. ഇനിയും മുതിർന്ന ആളുകളുടെ കാര്യം നോക്കാം.

ചിലയാളുകളെ കണ്ടിട്ടില്ലേ, പ്രത്യേകിച്ചും കൗമാരക്കാർ. അവർ കൂടുതൽ സെക്സിയായി വസ്ത്രധാരണം ചെയ്തു നടക്കും, എന്തിനാണത്?'

മറ്റുള്ളവർ ശ്രദ്ധിക്കാൻ വേണ്ടി, അല്ലാതെന്തിനാണു ടീച്ചർ?

ഫോട്ടോഗ്രാഫറായ അരവിന്ദൻ അതു പറയുമ്പോൾ, ടീച്ചർ കൂടുതൽ വിശദീകരണവുമായെത്തി.

'വഴിയിൽ ആളുകൾ വാപൊളിച്ചുനിന്നുകൊണ്ട് തന്നെ ശ്രദ്ധിക്കുന്നുണ്ടെന്നറിയുമ്പോൾ ഉണ്ടാകുന്ന ഒരുതരം ഉണർവ്വുണ്ടല്ലോ, ആ സ്റ്റിമുലസ് നേടാനാണ് അവരുടെ ശ്രമം. ഓരോരോ കോപ്രായങ്ങളുമായിട്ട് ഇറങ്ങിയിരിക്കുകയാണ് ശവങ്ങൾ എന്നാരെങ്കിലും പറഞ്ഞാൽപോലും അതു കേൾക്കുന്നതതുപോലും അവർക്കൊരുത്തേജനമാണ്. മറ്റുള്ളവർ നമ്മെ ശ്രദ്ധിച്ചല്ലോ എന്നായിരിക്കും അപ്പോഴവർ ചിന്തിക്കുന്നത്. ആ ചിന്തയിൽ നിന്നാണ് അവർക്കു സ്റ്റിമുലസ്സുണ്ടാകുന്നത്.'

തനിക്കില്ലാത്ത ആഭരണങ്ങൾ മറ്റുള്ളവരിൽ നിന്നും വാങ്ങി അണിഞ്ഞുകൊണ്ടായിരിക്കും ചിലർ വിവാഹംപോലെയുള്ള ഏറെ ആളുകൾ കൂടുന്ന ചടങ്ങുകളിൽ പങ്കെടുക്കാൻ പോകുന്നത്. എന്തിനാണവർ അങ്ങനെ ചെയ്യുന്നത്?

കാണുന്നവർ ആഭരണത്തെപ്പറ്റി എന്തെങ്കിലും ചോദിക്കണം, അത്രതന്നെ. ഇതു നിനക്ക് നന്നായി ചേരുന്നുണ്ടെന്ന് ആരെങ്കിലും പറഞ്ഞാൽ സന്തോഷമായി. അഥവാ ആരും പറഞ്ഞില്ലെങ്കിലോ, എനിക്കിതു ചേരുന്നുണ്ടോ എന്ന് അങ്ങോട്ടു ചോദിക്കും. അപ്പോൾ ചേരുന്നുണ്ടെന്നാരെങ്കിലും പറഞ്ഞാൽ പെരുത്ത സന്തോഷം. ഇതാണ് സ്ട്രോക്ക് ചോദിച്ചുവാങ്ങൽ. അപ്പോഴുണ്ടാകുന്ന ഉത്തേജനമാണ് സ്റ്റിമുലസ്സ്'.

മനുഷ്യർ ഉണർന്നിരിക്കുമ്പോഴെല്ലാം സ്ട്രോക്കുകളിലൂടെ ഉത്തേജനം കിട്ടാനാഗ്രഹിക്കുന്നു. എതിരേ നടന്നുവരുന്ന പരിചയക്കാരെ കണ്ടിട്ട് പിന്നെന്തുണ്ട് വിശേഷം, നടക്കാനിറങ്ങിയതായിരിക്കും എന്നെല്ലാം ചോദിക്കുന്നത് ഒരുതരം സ്ട്രോക്കു കൊടുക്കലാണ്. അതു കേൾക്കുന്നവർക്കോ സന്തോഷവും. നമ്മെപ്പറ്റി ഓർത്തല്ലോ എന്നൊരു വികാരം അവരിൽ ഉണ്ടാക്കാനതിടയാക്കും. എതിരേ വരുന്ന പരിചയക്കാരൻ ഒന്നും മിണ്ടാതെ നമ്മേ കടന്നു പോകുന്നു എന്നു വിചാരിക്കുക. എന്താണുഹേ മിണ്ടാതെ പോകുന്നതെന്നു നമ്മൾ ചോദിക്കില്ലേ. എന്താണതിനർത്ഥം, നമ്മൾ ഒരു

സ്റ്റിമുലസ്സ് ആഗ്രഹിക്കുന്നുണ്ടെന്നല്ലേ. അയാൾ പരിചയക്കാരനല്ലെങ്കിൽപ്പോലും ചിലപ്പോൾ നമ്മേ നോക്കി ഒന്നു ചിരിച്ചെന്നിരിക്കും. ഇതിലൊരാൾ ചിരി കൊടുത്തു ചിരി തിരിച്ചു വാങ്ങിയ ആൾ. മറ്റേയാൾ ചിരി വാങ്ങിയിട്ട് ചിരി തിരിച്ചുകൊടുത്തയാൾ. ഇവർ രണ്ടുപേരുടെയും കുട്ടിക്കാലം എങ്ങനെയുള്ളതായിരിക്കാനാണു സാധ്യത, ആർക്കു പറയാം?

അവർ രണ്ടുപേരും ബാല്യകാലത്ത് ധാരാളം പോസിറ്റീവ് സ്ട്രോക്കു കിട്ടി വളർന്നവരായിരിക്കും ടീച്ചർ.

'ശരി, സമ്മതിച്ചു. പോസിറ്റീവ് സ്ട്രോക്കു കിട്ടി വളർന്നൊരാൾ എതിരേ നടന്നുവരുന്ന പരിചയക്കാരനല്ലാത്തയാളെ നോക്കി ചിരിക്കുന്നുവെന്നും നെഗറ്റീവ് സ്ട്രോക്കു കിട്ടി വളർന്ന മറ്റെയാൾ ചിരിക്കുന്നില്ലയെന്നും സങ്കൽപ്പിക്കുക. ചിരിച്ച ആളിനെപ്പറ്റി ചിരിക്കാത്തവന്റെ മനസ്സിലുള്ള ചിന്ത അപ്പോളെന്തായിരിക്കും? ഇതുവരെ കേട്ട കാര്യങ്ങളുടെ വെളിച്ചത്തിൽ പറഞ്ഞാൽ മതി'

ഒരു നിമിഷം കഴിഞ്ഞപ്പോൾ സദസ്സിലുണ്ടായിരുന്നവരിൽ ഏറ്റവും പ്രായം കൂടിയ ഒരു പിതാവ് പ്രതികരിച്ചു:

'ഇവനാരെടാ, ഇവനെന്തിനാ എന്നെനോക്കി ചിരിക്കുന്നത്, സ്നേഹം കാണിച്ച് അടുത്തുകൂടി വല്ലതും പിടുങ്ങാനോ മറ്റോ ആണോ. എന്നിങ്ങനെ വിചാരിച്ചു സംശയിച്ചു നിൽക്കും. അല്ലേ ടീച്ചർ?'

അതു ശരിയാണെന്നിരിക്കട്ടെ, എങ്കിൽ അങ്ങനെയുള്ളവരെ എങ്ങനെ കൈകാര്യം ചെയ്യാൻ കഴിയും? അവരെ എങ്ങനെ നന്നാക്കാനാകും?

എന്താ ആരും ഒന്നും മിണ്ടാത്തത്? എങ്കിൽ, ഞാൻ തന്നെ പറയാം. അങ്ങനെയുള്ളവർക്കു നമ്മൾ സ്ട്രോക്കു കൊടുത്തുകൊണ്ടേയിരിക്കണം. ആ പ്രവൃത്തി തിരിച്ചൊന്നും പ്രതീക്ഷിച്ചുകൊണ്ടായിരിക്കരുത്. ഉപാധികളില്ലാതെ ആയിരിക്കണം സ്ട്രോക്കു കൊടുക്കേണ്ടത്. ചിലപ്പോൾ ദിവസങ്ങളോ മാസങ്ങളോ വേണ്ടിവരും, അവരിൽ നിന്നും അനുകൂലമായൊരു പ്രതികരണം കിട്ടാൻ.

ചിരി നേടിത്തരുന്ന സൗഹൃദങ്ങൾ

കുറേനാൾ മുമ്പു നടന്നൊരു സംഭവം ഞാൻ പറയാം. അതൊരു ചിരിയുടെ കഥയാണ്. എന്റെ ബന്ധുവായ ഒരു പോലീസുകാരന് അഞ്ചുവർഷം ജോലി സംബന്ധമായി ഒരു വിദൂരഗ്രാമത്തിൽ

താമസിക്കേണ്ടിവന്നു. അക്കാലത്ത് അദ്ദേഹം നടക്കാനിറങ്ങുമ്പോൾ സ്ഥിരമായി കാണുന്ന മൂന്നുനാലുപേർ ഉണ്ടായിരുന്നു. അവരെ നോക്കി വണങ്ങുംപോലെ തല അല്പം ചരിച്ചു അദ്ദേഹം ചിരിക്കുമായിരുന്നു. ഔദ്യോഗിക ജീവിതത്തിനൊപ്പം പൊതുവായ സാമൂഹ്യപ്രശ്നങ്ങളിലും സജീവമായി ഇടപെട്ടിരുന്ന അദ്ദേഹത്തിന്റെ ഒരു ശീലമായിരുന്നു അത്. ആദ്യനാളുകളിൽ ഗ്രാമത്തിൽ ആരുംതന്നെ പ്രതികരിച്ചിരുന്നില്ല. എന്നാൽ അവരെ വഴിയിൽകാണുമ്പോൾ ചിരിക്കുന്ന സ്വഭാവം അദ്ദേഹം തുടർന്നുകൊണ്ടേയിരുന്നു. ക്രമേണ അവരെല്ലാം പ്രതികരിക്കാൻ തുടങ്ങി. അഞ്ചുവർഷത്തിനു ശേഷം അവിടെനിന്നും സ്ഥലംമാറി പോകുമ്പോഴേക്കും നല്ലൊരു സൗഹൃദക്കൂട്ടായ്മ അവിടെ ഉണ്ടാക്കുവാൻ ഈ പോലീസുകാരനു കഴിഞ്ഞു. അതിന്റെ തെളിവായി അന്നു നാട്ടുകാരിൽ നിന്നും കിട്ടിയ അതിഗംഭീരമായ യാത്രഅയപ്പിന്റെ കഥ ഒരിക്കലദ്ദേഹം എന്നോടു പറയുകയുണ്ടായി. ഒരു ചിരിയുടെ വിജയത്തെപ്പറ്റി ഓർമ്മിപ്പിക്കാനാണു ഞാനീ സംഭവം ഇന്നിവിടെ പറഞ്ഞത്.

നമുക്ക് യാതൊരു ചെലവുമില്ലാതെ അന്യർക്കു കൊടുക്കാൻ കഴിയുന്ന വിലമതിക്കാനാവാത്തൊരു സാധനമാണ് പുഞ്ചിരി. നമുക്കുചുറ്റും സൗഹൃദാന്തരീക്ഷം സൃഷ്ടിക്കാനുള്ള അപാരമായൊരു കഴിവ് ഓരോ ചെറുചിരിക്കുമുണ്ട്. മറ്റുള്ളവരോടു പുഞ്ചിരിക്കാനുള്ള കഴിവ് ജൻമവാസന അഥവാ പാരമ്പര്യത്തിന്റെ സ്വാധീനം (genetic influence) കൊണ്ട് ലഭിക്കുന്നതാണ്. എന്നാൽ നിരന്തര പരിശ്രമം കൊണ്ട് അത് നേടിയെടുക്കാവുന്നതുമാണ്. ഇപ്പോൾ പല സ്ഥലങ്ങളിലും ചിരി ക്ലബ്ബുകളുണ്ട്. അവിടെ ചിരിക്കാൻ പഠിപ്പിക്കുന്നു എന്നത് നല്ലൊരു കാര്യമാണ്.

ഉത്തേജനം വാക്കുകളിലൂടെ

ഒരിക്കൽ ചില ജോലികളുമായി ബന്ധപ്പെട്ട് എനിക്കൊരു സ്കൂളിൽ വൈകിട്ട് അഞ്ചുമണിക്ക് ശേഷം ഇരിക്കേണ്ടിവന്നു. സ്കൂളിൽനിന്ന് എല്ലാവരും പോയിക്കഴിഞ്ഞിരുന്നു. ആ സമയം സ്കൂൾ കവാടത്തിനടുത്ത് ആരുടെയോ ഉച്ചത്തിലുള്ള സംസാരം കേട്ട് ഞാൻ പുറത്തേക്കിറങ്ങി. നോക്കുമ്പോൾ ഒരു കൊച്ചുകുട്ടിയുമായിട്ടൊരാൾ അവിടെ നിൽക്കുന്നു. അയാൾ ആരെയൊക്കെയോ ചീത്ത പറയുന്നുണ്ട്. കുട്ടി വളരെ ആയാസപ്പെട്ട് കയ്യിലൊരു ബാഗ് തൂക്കിയിരിക്കുന്നു. അതേ സ്കൂളിലെ കുട്ടിയാണെന്ന് വേഷം കണ്ടാലറിയാം. ആ സംഭാഷണം ശ്രദ്ധിച്ചപ്പോൾ അയാൾ കുട്ടിയെ ശകാരിക്കുകയാണെന്നു മനസ്സിലായി.'വായിനോക്കി, വല്ലവന്റേം ബാഗുമായി വന്നിരിക്കുകയാണ്. നിനക്കെന്താടാ കണ്ണില്ലേ. അവനവന്റെ സാധനങ്ങൾ സൂക്ഷിക്കാനറിയാത്ത ശവം'. അരിശം തീരാതെ അയാൾ കുട്ടിയെ സ്കൂൾ കവാടത്തിനുള്ളിലേക്കു തള്ളിവിട്ടു. ബാഗു കിട്ടിയിട്ടു നീയിനിയും വീട്ടിലേക്കു വന്നാൽമതിയെന്നു പറഞ്ഞുകൊണ്ടയാൾ തിരിഞ്ഞുനടക്കാൻ തുടങ്ങി.

കുട്ടിയെ അവിടെ വിട്ടിട്ട് തിരിച്ചുപോകാനുള്ള ശ്രമത്തിലാണ് അയാളെന്നറിഞ്ഞ ഞാൻ വേഗം അടുത്തേക്കു ചെന്നു. അന്വേഷിച്ചപ്പോൾ, അന്ന് സ്കൂൾബസ്സിൽ വീടിനു മുന്നിൽ വന്നിറങ്ങിയ ആ കുട്ടിയുടെ കൈയിൽ അവന്റെ ബാഗിന് പകരം മറ്റാരുടെയോ ബാഗായിരുന്നു എന്നറിയാൻ കഴിഞ്ഞു. കൂടുതൽ അന്വേഷച്ചപ്പോൾ കുട്ടി ആ സ്കൂളിൽ എത്തിയിട്ട് ഒരാഴ്ചയേ ആയുള്ളൂ എന്നും ഒന്നാം ക്ലാസ്സിലാണെന്നും മനസ്സിലായി. കൊച്ചുകുട്ടി അല്ലേ ഇങ്ങനെ ശകാരിക്കാമോ എന്നുഞാൻ ചോദിക്കുമ്പോൾ അയാൾ, 'നിങ്ങൾ ആരാണെന്നെനിക്കറിഞ്ഞുകൂടാ എങ്കിലും ഞാൻ ചോദിക്കട്ടെ കുട്ടികൾ ചെറുപ്പത്തിൽ അവനവന്റെ

സാധനം സൂക്ഷിക്കാൻ പഠിക്കേണ്ടേ? ഇന്ന് വെള്ളിയാഴ്ച, നാളെയും മറ്റന്നാളും അവധി, രണ്ടുദിവസം ഇവന്റെ ബുക്കുകളില്ലാതെ ഇവനെങ്ങനെ പഠിക്കും'

ഇതിനിടയിൽ സ്കൂൾ ബസ് തിരിച്ചുവന്നു. ബാഗിൽ പേരെഴുതിയിട്ടില്ലാത്തതിനാലും ഒന്നു പോലുള്ള ഏറെ ബാഗുകൾ ഉണ്ടായിരുന്നതിനാലുമാണ് ബാഗ് മാറി പോയതെന്ന് ബസ്സിലെ അറ്റൻഡറിൽനിന്നും അറിയാൻ കഴിഞ്ഞു. ഈ സമയമെല്ലാം ആ കൊച്ചു കുട്ടി ശബ്ദം പുറത്തു വരാതെ വിമ്മി വിമ്മി കരയുന്നുണ്ടായിരുന്നു. അയാളെ, ഒരുവിധം ഞാൻ സമാധാനിപ്പിച്ചു പറഞ്ഞുവിട്ടു. ഈ കഥ ഇവിടെ തീരുകയാണ്.

ഈ അച്ഛൻ കുട്ടിയെ വഴക്കുപറഞ്ഞതിന്റെ ഉദ്ദേശം എന്തായിരുന്നുവെന്ന് ഇവിടെ ഇരിക്കുന്ന അച്ഛന്മാരിൽ ആർക്കെങ്കിലും പറയാമോ?

സജീവാണ് ആദ്യമെഴുന്നേറ്റത്. ശകാരിച്ചാൽ മേലിൽ കൂടുതൽ ശ്രദ്ധയോടെ കുട്ടി തന്റെ സാധനങ്ങൾ സൂക്ഷിക്കുമെന്നും നല്ല ശീലത്തിൽ വളരുമെന്നും മറ്റും അയാൾ ധരിച്ചുകാണും.

പക്ഷേ ഫലത്തിൽ സംഭവിക്കുന്നതെന്താണെന്നറിയുമോ സജീവ്?

1) കുട്ടിയുടെ മനസ്സിൽ അടക്കാനാവാത്ത സങ്കടമുണ്ടാകും

2) അച്ഛന്റെ മുന്നിൽ നിൽക്കാൻ അവനു ഭയമുണ്ടാകും, അതു മേലിലും തുടർന്നേക്കാം.

3) അച്ഛനോടവനു വെറുപ്പുണ്ടാകും

4) താൻ വായിനോക്കി ആണെന്നുള്ള അധമവിചാരവും ആ കുട്ടിയിലുണ്ടാകും.

ഈ നാലുവികാരങ്ങളും അവന്റെ തലച്ചോറിൽ ആജീവനാന്തകാലത്തേക്കായി രേഖപ്പെടുത്തിക്കഴിഞ്ഞിരിക്കും. ഈ അച്ഛനുണ്ടോ ഇതുവല്ലതും അറിയുന്നു. കുട്ടിക്ക് താൻ കൊടുത്തതു നെഗറ്റീവ് സ്ട്രോക്കായിരുന്നുവെന്ന് സ്വപ്നത്തിൽപോലും ഇയാൾ വിചാരിച്ചു കാണില്ല. പക്ഷേ, ഈ കാര്യത്തിൽ അച്ഛനെ കുറ്റം പറയാൻ കഴിയുമോ?

കഴിയില്ല കാരണം, കുട്ടികളെ നേർവഴിക്കു നയിക്കാൻ ഈവിധമാണ് കൈകാര്യംചെയ്യേണ്ടതെന്നും അതുതന്നെയാണ് ശരിയെന്നും അയാൾ ധരിച്ചിട്ടുണ്ടാകണം. അപ്പോൾ അയാൾക്കീ ധാരണ

എവിടെ നിന്നു കിട്ടി? അതാണറിയേണ്ടത്. അതു മറ്റെങ്ങുനിന്നു മല്ല, ചെറുപ്പത്തിൽ അയാളുടെ മാതാപിതാക്കളിൽ നിന്നും കിട്ടിയ സ്ട്രോക്കുകളുടെ സ്വാധീനത്തിൽ നിന്നുമാണ്.

ഇതുപോലെയുള്ള സാഹചര്യത്തിൽ ഒരച്ഛൻ എങ്ങനെ ആയിരിക്കണമായിരുന്നു കുട്ടിയോടു പെരുമാറേണ്ടിരുന്നത്?

ഇതുവരെയുള്ള ക്ലാസ്സുകളിൽ നിന്നും കേട്ടറിഞ്ഞതിന്റെ വെളിച്ചത്തിൽ വേണം ഉത്തരം പറയാൻ. അച്ഛൻമാരുടെ ഭാഗത്തുനിന്നും ഞാനൊരുത്തരം പ്രതീക്ഷിക്കുന്നു.

എപ്പോഴും ക്ലാസ്സ് സജീവമാക്കുന്ന നാരായണൻ എഴുന്നേറ്റു. 'ബാഗു മാറിപ്പോയതറിയുമ്പോൾ വിഷമിക്കുന്ന കുഞ്ഞിനെ ചേർത്തു നിർത്തിയിട്ട്, മോൻ വിഷമിക്കേണ്ട, അച്ഛൻ ഇപ്പോൾ തന്നെ പോയി മോന്റെ മാറിപ്പോയ ബാഗ് കണ്ടുപിടിച്ചു കൊണ്ടുവരാം. ചിലപ്പോൾ ഇതുപോലുള്ള ബാഗ് വേറെയും കാണുമായിരിക്കും. അതുകൊണ്ട് ബാഗു കിട്ടിയാലുടൻതന്നെ മോന്റെ പേര് അച്ഛനതിൽ എഴുതിത്തരാം അപ്പോൾ ഇനിയും ബാഗ് മാറില്ലല്ലോഎന്നെല്ലാം പറഞ്ഞ് കുട്ടിയെ ആശ്വസിപ്പിക്കണമായിരുന്നു'

ശരി, അങ്ങനെ ആയിരുന്നെങ്കിൽ ആ അച്ഛനും മകനും തമ്മിലുള്ള ബന്ധത്തിൽ എന്തു സംഭവിക്കുമായിരുന്നു?

അച്ഛനോടു കൂടുതൽ സ്നേഹം ആ മകനു തോന്നുമായിരുന്നു ടീച്ചർ.

അതേ നാരായണേട്ടാ, കുറേക്കൂടി വ്യക്തമായി പറഞ്ഞാൽ മകന് അച്ഛനിൽ കുടുതൽ വിശ്വാസം ഉണ്ടാകും.അവർ തമ്മിലുള്ള അടുപ്പം (Intimacy) വളരുകയും ചെയ്യും.

ദുർവ്വാസാവിനു സ്കൂട്ടറപകടം

ഞാൻ എട്ടാംക്ലാസ്സിൽ ആയിരുന്നപ്പോൾ ഗണിതശാസ്ത്രം പഠിപ്പിക്കാൻ ഒരു പ്രത്യേക സ്വഭാവക്കാരനായ അധ്യാപകൻ ഉണ്ടായിരുന്നു. ക്ലാസ്ടീച്ചർ കൂടിയായിരുന്ന അദ്ദേഹം നിത്യവും രാവിലെ ഹാജർ വിളിച്ചു കഴിഞ്ഞ് ആദ്യത്തെ ചോദ്യം ആരൊക്കെയാണ് ഹോം വർക്ക് ചെയ്യാതെവന്നതെന്നായിരുന്നു. ഹോംവർക്കു ചെയ്യാത്തവർ എഴുന്നേൽക്കുമ്പോൾ അദ്ദേഹത്തിന്റെ വക പ്രസ്താവന ശാപരൂപത്തിൽ വരും.'പറഞ്ഞാൽ അനുസരിക്കാത്ത നീയൊന്നും ഒരുകാലത്തും നന്നാവില്ല ഗുണംപിടിക്കയുമില്ല.'

നന്നാക്കാനെന്നഭാവത്തിൽ എല്ലാവർക്കും കൈവെള്ളയിൽ

ചൂരൽക്കഷായം കൊടുക്കലാണ് അടുത്ത നടപടി. ഓരോ അടിക്കും അകമ്പടിയായി ശാപവാക്ക് ഉരുവിട്ടുകൊണ്ടേയിരിക്കും. അപ്പോൾ ആ മുഖത്ത് ദേഷ്യം ഉറഞ്ഞുതുള്ളുന്നതു കാണാം. അടിയും ശാപ വാക്കുകളും കഴിയുമ്പോഴേക്കും പല കുട്ടികളും വേദനയുടെയും അപമാനത്തിന്റേയും തീക്കാറ്റേറ്റു ചൂളിപ്പുളഞ്ഞുകൊണ്ട് അടി കൊണ്ട കൈപ്പത്തി തുടകൾക്കിടയിൽ തിരുകി കുനിഞ്ഞുനിന്ന് ആശ്വാസം കൊള്ളുകയായിരിക്കും. ചൂരൽക്കഷായത്തിന്റെ വിള മ്പൽ കഴിഞ്ഞാൽ അടുത്ത ഉത്തരവു വരും 'ഇന്ന് ഹോംവർക്ക് ചെയ്യാതെ വന്നവർ നാളെ വരുമ്പോൾ അഞ്ചു പ്രാവശ്യംവീതം എഴുതിക്കൊണ്ടുവരണം. എന്നെ അതു കാണിച്ചിട്ട് ക്ലാസ്സിൽ കയറിയാൽ മതി. ചിലർ അടി പേടിച്ച് പിന്നീട് രണ്ടുമൂന്നു ദിവസ ത്തേക്കു ക്ലാസ്സിൽ ഉണ്ടാവില്ല.

ഹോംവർക്ക് ചെയ്യാതെ വരുന്നതിന്റെ കാരണം ഓരോരുത്ത ർക്കും വ്യത്യസ്തമായിരിക്കും. അവരിൽ കണക്ക് മനസ്സിലാകാ ത്തവരുണ്ടാകാം. വീട്ടിൽ അമ്മയ്ക്ക് സുഖമില്ലാത്തതിനാൽ വീട്ടുജോലികളിൽ ചിലത് ചെയ്യേണ്ടി വന്നു സമയം കിട്ടാതെ വന്നവരുണ്ടാകാം. എന്തെങ്കിലും അസുഖം മൂലം ഹോംവർക്ക് ചെയ്യാൻകഴിയാതെപോയവരുണ്ടാകാം. അതെന്തുതന്നെ ആയാലും, എന്താണ് ഹോംവർക്കു ചെയ്യാത്തതിന്റെ കാരണ മെന്ന് ഈ അദ്ധ്യാപകൻ ഒരിക്കലും ചോദിക്കാറില്ല. ഇങ്ങനെ യൊക്കെ പറഞ്ഞാലും പ്രവർത്തിച്ചാലും മാത്രമേ കുട്ടികൾ നേരാം വണ്ണം പഠിച്ചു നന്നാവൂ എന്ന ഉത്തമവിശ്വാസത്തിലായിരിക്കും ഈ അധ്യാപകൻ ഇതെല്ലാം ചെയ്തുകൂട്ടുന്നത്. പക്ഷേ, കുട്ടികൾ നന്നാവാൻ വേണ്ടി പോസിറ്റീവ് ആണെന്ന ധാരണയിൽ താൻ കൊടുത്ത സ്ട്രോക്കുകൾ മുഴുവൻ നെഗറ്റീവ് ഫലങ്ങളാണ് കുട്ടി കളിലുണ്ടാക്കിയതെന്ന സത്യം അദ്ദേഹം അറിയാതെ പോയി. എന്തൊക്കെയാകും ഇതിന്റെ പരിണിതഫലങ്ങളെന്നു നോക്കാം.

ഗൃഹപാഠം ചെയ്യാതെ രാവിലെ ക്ലാസ്സിലെത്തുന്ന കുട്ടിയുടെ മാനസികനില എന്തായിരിക്കും?

ഇന്ന് അടി കൊള്ളും എന്ന ഭീതി, അദ്ധ്യാപകൻ ക്ലാസ്സിൽ വന്ന് അടി തുടങ്ങും വരെ ഉണ്ടാകും. അടി കിട്ടിക്കഴിഞ്ഞാൽ അതു കിട്ടിയതിന്റെ വേദനയും ദു:ഖവും.

ഒരു കാലത്തും നീയൊന്നും നന്നാവില്ലെന്നുള്ള ശാപവാക്കു കേൾക്കുമ്പോൾ കുട്ടിയുടെ മനസ്സിൽ എന്തായിരിക്കും തോന്നുക?

പഠിച്ചാലും നന്നാവില്ലെന്ന വിശ്വാസം കുട്ടിയുടെ തലച്ചോറിൽ രേഖപ്പെടുത്തും ആ നിരാശയിൽ നിന്ന് അലസത ഉണ്ടാകും. ഈ അലസത തുടർന്നുള്ള എല്ലാ പ്രവർത്തനങ്ങളേയും ബാധിക്കും.

കുട്ടികളെ നിരന്തരം ശാപവാക്കുകൾ കൊണ്ട് അഭിഷേകം ചെയ്തിരുന്ന ഈ അദ്ധ്യാപകനെ സഹിക്കവയ്യാതെ പണ്ടേതോ രസികനായ വിദ്യാർത്ഥി നൽകിയ ദുർവ്വാസാവെന്ന പേര് പിന്നീട് സ്കൂളിലും നാട്ടിലും പരന്നു.

അങ്ങനെയിരിക്കുമ്പോൾ ഒരു ദിവസം ഈ അദ്ധ്യാപകൻ ക്ലാസ്സിൽ എത്തിയില്ല. വീട്ടിൽ നിന്നു സ്കൂളിലേക്കു വരുമ്പോൾ സ്ക്കൂട്ടറപകടത്തിൽ പരിക്കുപറ്റിയെന്നാണറിഞ്ഞത്. അന്നെന്റെ കൂട്ടുകാരികളായിരുന്ന രണ്ടു കുട്ടികൾ അടക്കംപറഞ്ഞതിപ്പോഴും ഞാനോർക്കുന്നു.

'എടീ ശിവാനീ നീയറിഞ്ഞോ, നമ്മുടെ ദുർവ്വാസാവിനു സ്കൂട്ടർ അപകടം' ദേവു അതു പറയുമ്പോൾ, ങാ, നമ്മളെയൊക്കെ ശപിച്ച തിന്റെ ഫലമാണെന്നു ശിവാനി.

അതെങ്ങനാടീ, ദേവൂനൊരു സംശയം.

ഞങ്ങടെ അമ്മൂമ്മ പറഞ്ഞതാ, നമ്മളൊരാളിനെ പിരാകിയാൽ ആ പിരാക്ക് അയാളിൽ പോയി കൊണ്ടിട്ടു അതിലൊരംശം തിരിച്ചുവന്ന് പിരാക്കു നടത്തിയ ആളിനും കൊള്ളുമെന്ന്.

അങ്ങനെയാണെങ്കിൽ ആ സാറ് എന്നും സ്ക്കൂട്ടറിൽനിന്നും വീഴണമല്ലോടീ അത്രമേൽ പിരാക്കല്ലേ നമുക്കു തന്നിരിക്കുന്നത്.

അതുകേട്ടിട്ടന്നു ചിരിച്ചത് ഇന്നും ഞാനോർക്കുന്നു. ഈ അധ്യാപകന് കുഞ്ഞുങ്ങളുടെ മനസ്സിൽ സ്ഥാനം ഉണ്ടാകുമോ?

'ഒരിക്കലുമില്ല ടീച്ചർ. കുട്ടികളുടെ മനസ്സിൽനിന്നും അകന്നു പോവുകയേ ഉള്ളൂ' രണ്ടുമൂന്നു അമ്മമാർ ഒന്നിച്ചു പറഞ്ഞു.

ഏതൊരു വസ്തുവിലും ഊർജ്ജമുണ്ട്. വസ്തുക്കളുടെ സ്ഥാനം, ചലനം,ഊഷ്മാവ് എന്നിവയ്ക്കനുസൃതമായി അവയിൽ നിന്നുള്ള ഊർജ്ജ പ്രസരണത്തിന് ഏറ്റക്കുറച്ചിലുകൾ ഉണ്ടാകാം. പ്രത്യേക തീവ്രതയിലുള്ള ശബ്ദതരംഗങ്ങൾ ഉപയോഗിച്ച് വസ്തുക്കളെ പൊടിക്കുകയും തകർക്കുകയും ചെയ്യാവുന്നതാണ്. മനുഷ്യൻ വാക്കുകൾ ഉരുവിടുമ്പോഴുണ്ടാകുന്ന ശബ്ദത്തിലെ ഊർജ്ജത്തിനും ചില പ്രതേക കഴിവുകളുണ്ടെന്ന് കണ്ടെത്തിയിട്ടുണ്ട്. നന്മകളുടെ സുവിശേഷം മാത്രം നിരന്തരം കേൾക്കാൻ ഇടയാകുന്ന ആളിലേ

ക്കെത്തുന്നത് നന്മയുടെ ഊർജ്ജ പ്രവാഹമാണ്. വാക്കുകൾ നിരന്തരം ആവർത്തിക്കുമ്പോൾ അതിന്റെ ശബ്ദതരംഗങ്ങൾ പതിക്കുന്ന സ്ഥലത്ത് അനുരണനം ഉണ്ടാകും. വാക്കുകളുടെ സ്വഭാവം അനുസരിച്ച് ഈ അനുരണനം പോസിറ്റീവോ നെഗറ്റീവോ ആകാം. കുട്ടികളോടു നാം നിരന്തരം നടത്തുന്ന സംസാരങ്ങളുടെ സ്വഭാവത്തിനെ ആശ്രയിച്ചായിരിക്കും അവരിലെ നന്മയുടെ വളർച്ചയും തളർച്ചയും. താൻ വിഡ്ഢി യാണെന്ന് ഒരു കുട്ടി തന്റെ അദ്ധ്യാപകരിൽ നിന്നോ മാതാപിതാക്കളിൽ നിന്നോ നിരന്തരം കേൾക്കേണ്ടിവന്നാൽ ക്രമേണ താൻ വിഡ്ഢിയാണെന്ന തോന്നലിലേക്ക് ആ കുട്ടി ഹിപ്പ്നോട്ടൈസ് ചെയ്യപ്പെടുകയാണുണ്ടാവുക. അതിനാൽ കുഞ്ഞുങ്ങളോട് ഇടപെടുമ്പോൾ ഉപയോഗിക്കുന്ന വാക്കുകൾ അവരെ മാനസികമായി ഉണർത്താനും വളർത്താനും ഉതകുന്ന പോസിറ്റീവ് എനർജിയോടു കൂടിയതായിരിക്കണം.

കുട്ടികളുടെ പ്രിയപ്പെട്ട അധ്യാപിക

എപ്പോഴും ആരാധനയോടെ മാത്രം ഓർക്കുന്ന ഒരു ടീച്ചർ എനിക്കുണ്ടായിരുന്നു., 'കാതറിൻ ലിമാ ബോസ്' .

ആട്ടവും പാട്ടുമായി നല്ല താളത്തിൽ ഇംഗ്ലീഷ് ക്ലാസ്സെടുത്തിരുന്ന അവർ നിറഞ്ഞ ചിരിയുമായി ക്ലാസിൽ എത്തുമ്പോൾതന്നെ അവിടെയെല്ലാം സന്തോഷത്തിന്റെ ഒരു തുടിപ്പ് അനുഭവപ്പെടും. ക്ലാസ്സ് തുടങ്ങും മുമ്പുതന്നെ ഹോംവർക് ബുക്ക് ഞങ്ങൾ ടീച്ചറുടെ മേശപ്പുറത്തു വച്ചിരിക്കും. ക്ലാസ്സ് കഴിഞ്ഞു പോകുമ്പോൾ ടീച്ചർ ഹോംവർക്ബുക്കുകളും കൊണ്ടുപോകും. അപ്പോൾ എല്ലാവരോടുമായി പറയും 'ആരെങ്കിലും ഹോംവർക് ചെയ്തിട്ടില്ലെങ്കിൽ ലെഞ്ചിനു ശേഷം സ്റ്റാഫ്റൂമിൽ വന്നു കണ്ടാൽ മതി. പ്രയാസമുള്ളതു വല്ലതുമുണ്ടെങ്കിൽ സ്വസ്ഥമായിരുന്നു പറഞ്ഞുതരാം'

ഹോംവർക്ക് ചെയ്യാത്തതിന് ഓരോരുത്തർക്കും ഓരോരോ കാരണങ്ങൾ കാണും. അവയെല്ലാം ഈ സമയത്ത് ടീച്ചർ കേൾക്കും. ഈ സമയം വീട്ടുകാര്യങ്ങളും ചോദിക്കും.

എന്തുവിഷമം ഉണ്ടെങ്കിലും ഈ സമയത്ത് ഞങ്ങൾ ടീച്ചറോട് പറയുക പതിവാണ്. എല്ലാറ്റിനും പരിഹാരം നിർദ്ദേശിക്കും. ആ ടീച്ചറുടെ ക്ലാസ്സിൽ ഒരിക്കലും ഞങ്ങൾക്ക് ഭയമില്ലായിരുന്നു. മറിച്ച് അടുപ്പം മാത്രമാണുണ്ടായിരുന്നത്. ഒരു ടീച്ചർ എങ്ങനെ ആയിരി

ക്കണം എന്നതിന്റെ ബാലപാഠം സമാധാനപ്രിയയായ അവരിൽ നിന്നുമാണ് ഞാൻ മനസ്സിലാക്കിയത്. വാക്കുകൾ കൊണ്ട് കുട്ടികൾക്ക് ഉത്തേജനം കൊടുക്കുന്നതിൽ അവർ അഗ്രഗണ്യ ആയിരുന്നു. ഞങ്ങളുടെ പഠിത്തം മാത്രമല്ല അവർ ശ്രദ്ധിച്ചിരുന്നത്. ഞങ്ങളിലെ മാനസികാരോഗ്യവും ആത്മവിശ്വാസവും വളർത്തുന്നതിനും ഞങ്ങളിൽ ഉത്തരവാദിത്വബോധം ഉണ്ടാക്കുന്നതിനുമെല്ലാം വാക്കുകൾ കൊണ്ടുള്ള തലോടലുകൾ അപ്പഴപ്പോൾ ടീച്ചർ തന്നുകൊണ്ടിരുന്നു.

ടീച്ചറിനോടെന്തും പറയാം എന്ന വിശ്വാസവും അടുപ്പവും തോന്നിത്തുടങ്ങിയപ്പോൾ ഒരിക്കൽ ഒരു പെൺകുട്ടി പറഞ്ഞു 'ടീച്ചർ ഞങ്ങടെ വീട്ടിലെ വെള്ളരിപ്രാവിനെപോലെയാണ്, ചിലപ്പോൾ ഞങ്ങടെ ആട്ടിൻകുട്ടിയെ പോലെയും. അതു കേട്ടു ചിരിച്ച ടീച്ചർ 'അമ്പടി കേമീ നീ എന്നെ കഴുകനെന്നു വിളിക്കാതെ കപോതമെന്നല്ലേ വിളിച്ചത്. നീ നന്നായ് വരും മോളെ' എന്നു പറഞ്ഞിട്ടവളെ കെട്ടിപ്പിടിച്ചു. അപ്പോൾ ആ കുട്ടിക്കു മാത്രമല്ല അതു കണ്ടുനിന്ന എനിക്കും, കൂട്ടുകാർക്കും സന്തോഷംകൊണ്ടു കണ്ണുനിറഞ്ഞു പോയി. ആ ടീച്ചറുമായി ഞങ്ങൾക്കുള്ള അടുപ്പം (intimacy) അരക്കിട്ടതുപോലെ അപ്പോഴവിടെ ഉറയ്ക്കുകയായിരുന്നു. അത് ഇന്നും തുടരുന്നു.

പോസിറ്റീവ് സ്ട്രോക്കുകൾ നെഗറ്റീവായി മാറുന്ന കാഴ്ചകൾ

ഞാനൊരിക്കൽ കൊല്ലത്തെ മാമന്റെ വീട്ടിൽ പോയിരുന്നതും അവിടത്തെ കുളത്തിലിറങ്ങി കുളിച്ചതും പനിപിടിച്ചതും മറ്റും മുമ്പൊരു ക്ലാസ്സിൽ പറഞ്ഞിരുന്നത് നിങ്ങൾ ഓർക്കുന്നുണ്ടാവും. മാമനും മൂന്നുവയസ്സുള്ള മകനും കൂടി ശബരിമലയ്ക്കു പോകുന്നതു പ്രമാണിച്ച് ഞങ്ങൾ വീട്ടുകാരെല്ലാവരും കൂടി ഒരിക്കൽ അവിടെയെത്തി. സന്ധ്യയായപ്പോൾ ഒരു പൂജാരിവന്നു, പൂജതുടങ്ങി. അടുത്തുതന്നെ മാമനും മകനും ഇരിപ്പുണ്ട്. പൂജാരി മന്ത്രങ്ങൾ ജപിച്ചുകൊണ്ടിരിക്കുന്നു. ഇടയ്ക്കിടെ ചില വസ്തുക്കൾ മാമന്റേയും കുഞ്ഞിന്റേയും കൈകളിൽ ഏൽപ്പിച്ചിട്ട് അവ ഹോമകുണ്ഡത്തിൽ അർപ്പിക്കാനായി ആംഗ്യം കാണിക്കുന്നുണ്ട്. അവർ അതനുസരിക്കുന്നുമുണ്ട്. ഏറെനേരം. ഇതു തുടർന്നുകൊണ്ടേയിരുന്നു. ഇതിനൊരു വിരാമം ഇല്ലേ എന്നുഞാൻ ചിന്തിച്ചുനിൽക്കുമ്പോൾ, ഹോമകുണ്ഡത്തിൽ ഇടാനായി പൂജാരി കയ്യിൽ ക്കൊടുത്ത സാധനം ദൂരേക്കു വലിച്ചെറിഞ്ഞുകൊണ്ട് കുഞ്ഞ് എഴുന്നേറ്റു.

മന്ത്രം ചൊല്ലുന്നതിനിടയിൽ അതു കണ്ട പൂജാരി മോനവിടെ ഇരിക്കൂ എന്ന് കുഞ്ഞിനെ നോക്കി കൈകൊണ്ട് ആംഗ്യം കാണിച്ചു. ദീർഘനേരമായി അവിടെ ഇരുത്തിയതിൽ അരിശം പൂണ്ടതിനാലോ എന്തോ, കുഞ്ഞ് പൂജാരിയുടെ മുഖത്തു നോക്കി 'പോടാ പുല്ലേ' എന്നു പറഞ്ഞുകൊണ്ട് തറയിൽ ആഞ്ഞു ചവിട്ടി. വഴക്കു പറഞ്ഞാൽ കുഞ്ഞിന്റെ മനസ്സു വിഷമിക്കും എന്നു ധരിച്ച അച്ഛൻ, സന്ദർഭത്തിന് അയവു വരുത്താനായി കുഞ്ഞിനെ നോക്കി ചെറുതായൊന്നു ചിരിച്ചു. കണ്ടുനിന്ന മറ്റുള്ളവരും ചിരിച്ചു. ചിരികളെല്ലാം കണ്ടപ്പോൾ ആ ദേഷ്യത്തിനിടയിലും അവനൊന്നു ചിരിച്ചു. ദേഷ്യവും നാണക്കേടുംകൊണ്ട് കുഞ്ഞിന്റെ അമ്മ അച്ഛനെ

ഒന്നുനോക്കി. മിണ്ടല്ലേ എന്ന് അമ്മയുടെ നേർക്ക് അച്ഛൻ ആംഗ്യം കാട്ടി. അമ്മ കുഞ്ഞുമായി പുറത്തേക്കു പോയി. പിന്നീട് അവിടെ ഉണ്ടായ ബഹളവും സംസാരവുമൊന്നും ഞാനിവിടെ പറയുന്നില്ല. ആ കുഞ്ഞെന്തിനാണ് ചിരിച്ചതെന്ന് ആർക്കു പറയാം?

മറ്റുള്ളവർ ചിരിച്ചിട്ടല്ലേ കുഞ്ഞും ചിരിച്ചത്. കേട്ടിരുന്ന ആശയ്ക്കൊരു സംശയം.

ആശ പറഞ്ഞതു ശരിയാണ്. മറ്റുള്ളവരുടെ ചിരിയിലൂടെ കുട്ടിക്ക് ഏതോ ഒരു സന്ദേശം കിട്ടിയിട്ടുണ്ട്. അതെന്താണെന്നാണ് നമുക്കറിയേണ്ടത്. മറ്റുള്ളവർ കുട്ടിയെ നോക്കി ചിരിച്ചപ്പോൾ അത് തനിക്കുള്ള അംഗീകാരമാണെന്ന് കുട്ടി മനസ്സിലാക്കിക്കാണും ഇല്ലേ? അതോർത്താണ് കുഞ്ഞു ചിരിച്ചത്. കുഞ്ഞുങ്ങൾ എന്തെങ്കിലും അബദ്ധങ്ങൾ ചെയ്താലും പറഞ്ഞാലും അതു കണ്ടും കേട്ടും നമ്മൾ ചിരിക്കും. ഈ ചിരിയിൽ നിന്നും കുഞ്ഞിനു പോസിറ്റീവ് സ്ട്രോക്ക് ലഭിക്കുമെങ്കിലും അതോടൊപ്പം തെറ്റായ ഒരു സന്ദേശം കൂടി കുട്ടിയിലേക്കെത്തും.

'പോടാ പുല്ലേ എന്നു വിളിക്കുന്നതിൽ തെറ്റില്ലെന്നും അതിനെ മറ്റുള്ളവർ അംഗീകരിച്ചതുകൊണ്ടാണ് അവർ തന്നെനോക്കി ചിരിച്ചതെന്നുമുള്ള ഒരു സന്ദേശം കുഞ്ഞിന്റെ തലച്ചോറിൽ രേഖപ്പെടുത്തും'.

അപ്പോൾ ഇങ്ങനെയുള്ള സാഹചര്യങ്ങളിൽ നമ്മൾ എന്തു ചെയ്യണം ടീച്ചർ? ആശയ്ക്കു വീണ്ടും സംശയം.

'ഇങ്ങനെയുള്ള വാക്കുകൾ കുഞ്ഞുങ്ങൾ പറയുന്ന തുകേട്ടു ചിരിക്കാൻ പാടില്ല. സന്ദർഭം മാറി, അനുകൂലസാഹചര്യം വരുമ്പോൾ കുഞ്ഞു പറഞ്ഞ വാക്കിന്റെ അർത്ഥവും അനർത്ഥവും മറ്റും കുഞ്ഞിനു മനസ്സിലാകുന്ന ഭാഷയിൽ സാവധാനം ഉദാഹരണസഹിതം പലപ്രാവശ്യമായി പറഞ്ഞു കൊടുക്കണം. അതിനായി കുഞ്ഞിന്റെ ചിന്താലോകത്തേക്ക് നമ്മൾ എത്താൻ ശ്രമിക്കണം'.

ഇനിയും നമുക്ക് കൊല്ലത്തെ കഥയിലേക്കു മടങ്ങി വരാം.

അന്നുരാത്രി അവർ ശബരിമലക്ക് പോയതിനുശേഷം വീട്ടിലെ മറ്റുള്ളവരുമായി സംസാരിച്ചിരിക്കുമ്പോൾ കുഞ്ഞിന്റെ അമ്മ എന്നോടു വളരെ വിഷമത്തോടെ ഒരു കാര്യം പറഞ്ഞു:

'രണ്ടാഴ്ചയേ ആയുള്ളു ശോഭേ, അവൻ ആശാൻ പള്ളിയിൽ പോയിത്തുടങ്ങിയിട്ട്, അതിനിടയിൽ പഠിച്ചതാണീഭാഷ'.

സാരമില്ല മാമീ, കുഞ്ഞിനെ വഴക്കു പറയാതെ പുല്ല് എന്താണെന്നും മറ്റും സാവധാനം അവനു പറഞ്ഞു കൊടുത്താൽ മതിയെന്നു പറഞ്ഞ് ഞാനവരെ സമാധാനിപ്പിച്ചു. ആ സമയത്തു ഞാൻ മറ്റൊരു വീട്ടിലെ അച്ഛനേപ്പറ്റി ഓർത്തുപോയി. അതുകൂടി ഇവിടെ പറയേണ്ടിയിരിക്കുന്നു.

ഭാര്യയ്ക്ക് പേര് നഷ്ടമായപ്പോൾ

നാലുവയസ്സുള്ള ഒരു കുട്ടിയേയും കൊണ്ട് ഒരിക്കൽ ഒരു സ്ത്രീ എന്നെ കാണാൻ വന്നിരുന്നു. അശ്ലീല പദങ്ങൾ ചേർത്താണ് അവൻ എപ്പോഴും അമ്മയെ വിളിക്കുന്നതെന്നും അതിനു സ്ഥലകാലഭേദമൊന്നുമില്ലെന്നും ഈയൊരു കാരണത്താൽ മറ്റുള്ളവരുടെ മുന്നിൽവച്ചു പലപ്പോഴും നാണംകെടേണ്ടിവരുന്നു എന്നതുമായിരുന്നു അവരുടെ പരാതി. പാർവതി എന്നു പേരുള്ള ആ സ്ത്രീയുമായി ഞാൻ കൂടുതൽ സംസാരിച്ചപ്പോൾ തെറ്റ് കുഞ്ഞിന്റെ ഭാഗത്തല്ലെന്നും അച്ഛനാണു കുഴപ്പക്കാരനെന്നും മനസ്സിലായി. അവർ വീട്ടുവിശേഷങ്ങൾ എന്നോടു പറഞ്ഞു തുടങ്ങി.

'ടീച്ചറേ ഞാൻ ഒറ്റ മോളാ. എന്നെ പാറുമോളേ എന്നാണ് വീട്ടിൽ അച്ഛനുമമ്മയും വിളിച്ചിരുന്നത്. അതൊക്കെ ഒരു കാലം. കല്യാണം കഴിഞ്ഞതോടുകൂടി എന്റെ പേരു പോലും എനിക്കു നഷ്ടപ്പെട്ടു'.

അതെങ്ങനെ? ഞാൻ ചോദിച്ചു.

'എന്നും അയാൾ പണി കഴിഞ്ഞെത്തുന്നത് നല്ലതുപോലെ മദ്യപിച്ചിട്ടാണ്'.

ആര് ? ഞാൻ ചോദിച്ചു.

'എന്റെ ഭർത്താവ് അല്ലാതാര്. ഗേറ്റിനു മുന്നിലെത്തുമ്പോഴേ വഴക്കിനുള്ള കാര്യങ്ങൾ എന്തെങ്കിലും പറഞ്ഞുതുടങ്ങും. വീട്ടിൽ കയറിയാൽപിന്നെ ഒന്നും രണ്ടും പറഞ്ഞു വഴക്കു മൂക്കും. പിന്നെ വായിൽനിന്നും വീഴുന്നതെല്ലാം എന്നെ പുകഴ്ത്തിക്കൊണ്ടുള്ള വാക്കുകളായിരിക്കും'

ഒട്ടും മനസ്സിലാകാത്ത ഭാവത്തിൽ ഞാൻ ചോദിച്ചു 'പുകഴ്ത്തലോ?'

'ശ്ശോ, എന്റെ ടീച്ചറേ, അപ്പോഴാണ് എനിക്കെന്റെ പേരു നഷ്ടമാകുന്നത്.'

അതെങ്ങനെ? ഞാൻ ചോദിച്ചു.

പാറു എന്ന വാക്കിലെ ദീർഘവും കുനിപ്പുമെല്ലാം കളഞ്ഞിട്ട് അയാൾക്കിഷ്ടമുള്ള വള്ളിയും പുള്ളിയുമൊക്കെ ചേർക്കും. അപ്പോൾ ഞാൻ പാറുമോളല്ല. പാറൂനു പകരം വേറൊരശ്ലീലപദം ചേർത്തുള്ള മോളാകും. ഈ അലങ്കാരഭാഷ കേട്ടാണ് എന്റെ കുഞ്ഞു വളരുന്നത്. ഒരു ദിവസം അച്ഛൻ ഏതോ കാര്യം ആജ്ഞാപിച്ചത് കുഞ്ഞിനിഷ്ടപ്പെട്ടില്ല. അച്ഛനോടു ദേഷ്യപ്പെട്ട അവന്റെ വായിൽനിന്നും അപ്പോൾ വീണത് അയാൾ എന്നെ വിളിക്കുന്ന അശ്ലീല വാക്കായിരുന്നു. അതോടു കൂടി അല്പനേരത്തേക്ക് അയാളൊന്നു പരുങ്ങി. കുഞ്ഞിന്റെ സംസാരം കേട്ടിട്ടു ഞാൻ അന്തിച്ചിരുന്നുപോയി. അവന്റെ വിചാരം ദേഷ്യം വരുമ്പോൾ ആർക്കുനേരെയും ഉപയോഗിക്കേണ്ട വാക്കു് അതാണെന്നാണ്. അതല്ലേ ദേഷ്യം വരുമ്പോൾ അവൻ എന്നേയും ആ പേരുതന്നെ വിളിക്കുന്നത്. ഞാനെന്തു ചെയ്യണം ടീച്ചർ?'

അന്നു കുഞ്ഞിനെ അയാൾ ഉപദ്രവിക്കുകയോ മറ്റോ ചെയ്തോ? അവർ പറഞ്ഞു നിറുത്തിയപ്പോൾ ഞാൻ ചോദിച്ചു,

'അങ്ങേരു ദേഷ്യക്കാരനല്ലേ ടീച്ചറേ, അടങ്ങി ഇരിക്കുമോ. ഉടൻ തന്നെ തൊള്ള വെയ്ക്കാൻ തുടങ്ങി. മുട്ടപ്പരുവത്തിൽ ഇങ്ങനെയാണെങ്കിൽ നാളെ വിരിയുമ്പോൾ എന്തായിരിക്കും ഇവന്റെ അവസ്ഥ. നിന്നെ ഞാൻ ശരിയാക്കുന്നുണ്ട് എന്നെല്ലാം പറഞ്ഞയാൾ കുഞ്ഞിനു നേരേ പാഞ്ഞുവന്നു. ഞാൻ കയറി ഇടയ്ക്കുനിന്നു. പിന്നുണ്ടായതെല്ലാം ടീച്ചറിന് ഊഹിക്കാവുന്നതേയുള്ളു'

പിന്നീട് ആ വീട്ടിൽ നടന്നതെന്തായിരിക്കുമെന്നു ഈ ക്ലാസ്സിലിരിക്കുന്നവരോടു ഞാൻ പറയേണ്ടതില്ലല്ലോ. അന്നവിടെ നടന്ന പുകിലാണ് ആ സ്ത്രീ എന്റെ മുന്നിൽ എത്താനുണ്ടായ കാരണം.

മകനെ ശരിയാക്കുമെന്നു പറഞ്ഞ അച്ഛനെ ടീച്ചർ ശരിയാക്കിക്കാണും ഇല്ലേ? നാരായണനതു ചോദിച്ചപ്പോൾ ടീച്ചർ:

'ങ,ഏറെ നാൾ കൗൺസലിംഗ് വേണ്ടി വന്നു'

ഇനിയുള്ളത് നിങ്ങളോടുള്ള ചോദ്യങ്ങളാണ്.

'നിന്നെ ഞാൻ ശരിയാക്കുമെന്ന് അച്ഛൻ ദേഷ്യത്തോടെ കുട്ടിയോടു പറയുമ്പോൾ കേഴ്‌വിയിലൂടെ കുട്ടിക്കു കിട്ടുന്നത് ഒരനുഭവമാണ്. ഈ അനുഭവം കുട്ടിയുടെ തലച്ചോറിൽ ഉത്തേജനമുണ്ടാക്കുമ്പോൾ അവിടെ എന്തു തീരുമാനം രേഖപ്പെടുത്താനാണു സാധ്യത? നിന്നെ ഞാനും ശരിയാക്കുമെന്നു അച്ഛനോട് കുട്ടി മന

സ്സിലെങ്കിലും പറഞ്ഞുകാണില്ലേ'.

തീർച്ചയായും അതു തലച്ചോറിൽ രേഖപ്പെടുത്തിയിട്ടുണ്ടാകും സംശയമില്ല. ശാരീരികമായി അച്ഛനോടു നേരിടാൻ കെൽപ്പില്ലാത്ത പ്രായത്തിൽ കുഞ്ഞിന്റെ മനസ്സിൽ രേഖപ്പെടുത്തിയ ഈ തീരുമാനം. വർഷങ്ങൾക്കു ശേഷം അച്ഛനും മകനുമായി ഉണ്ടായേക്കാവുന്ന വഴക്കിനിടയിൽ ഉയർന്നു വരാം. അന്നു ചിലപ്പോൾ അച്ഛന്റെ മരണത്തിനുപോലും അതു കാരണമായേക്കാം. മകൻ അച്ഛനെ കൊലചെയ്ത വാർത്തകൾ സമീപകാലത്തു പലപ്പോഴും നമ്മൾ കേൾക്കുന്നതല്ലേ?

രണ്ടു വീട്ടിലെ അച്ഛന്മാരും മക്കളോടു പ്രതികരിച്ചത് അവരെ നന്നാക്കാനോ അവരുടെ നന്മയെ കരുതിയോ ആയിരിക്കും. എന്റെ മാമന്റ മകൻ പൂജാരിയോടു പോടാ പുല്ലേ എന്നുപറഞ്ഞതു കേട്ടപ്പോൾ ചെറിയ തോതിൽ പോലും നെഗറ്റീവ് സ്ട്രോക്കു കൊടുക്കാതെ മാമൻ അവനെ നോക്കി ചിരിച്ചു. അപ്പോൾ കുഞ്ഞിനതു പ്രോത്സാഹനമായി അനുഭവപ്പെട്ടു കാണും. അതു പോസിറ്റീവ് സ്ട്രോക്കാണ്. താൻ പറഞ്ഞതു ശരിയാണെന്ന് കുഞ്ഞിന്റെ തലച്ചോറിൽ രേഖപ്പെടുത്താൻ ഇതു മതിയായ കാരണമാണ്. അങ്ങനെ രേഖപ്പെടുത്തലുണ്ടായാൽ എന്താണ് സംഭവിക്കുക?

'ഭാവിയിൽ കുഞ്ഞ് ഇതേ വാക്കുകൾ ശരിയാണെന്ന ധാരണയിൽ ഉപയോഗിക്കുകയും അത് അവനെ കുഴപ്പത്തിൽ ചാടിക്കുകയും ചെയ്യും'

ഇനിയും രണ്ടാമത്തെ വീട്ടലേക്കു നോക്കാം. അവിടെ കുഞ്ഞ് അച്ഛനുനേരെ അശ്ലീലഭാഷ പ്രയോഗിച്ചപ്പോൾ അതു തിരുത്താൻ വേണ്ടി കുട്ടിയെ അച്ഛൻ വഴക്കു പറയുന്നുണ്ട്. നല്ല ഉദ്ദേശത്തോടെയാണ് താൻ കുട്ടിയെ വഴക്കു പറയുന്നതെന്നാണ് അയാൾ വിശ്വസിക്കുന്നത്. പക്ഷേ, അദ്ദേഹത്തിന്റെ വിശ്വാസത്തിനു വിപരീതമായി, അവിടെ എന്താണു സംഭവിക്കുന്നത്? ഇതിനുത്തരം ആരാണു പറയുക?

'അച്ഛനോടു പ്രതികാരം ചെയ്യണമെന്നുള്ള നെഗറ്റീവ് സ്ട്രോക്ക് മാത്രമാണ് കുഞ്ഞിന്റെ തലയിൽ രജിസ്റ്റർ ചെയ്യപ്പെടുന്നത്' കമല അതു പറയുമ്പോൾ ശ്രീനിധി ഒരു സംശയം ഉന്നയിച്ചു.

'ഇതുവരെ പറഞ്ഞുവന്നതു പോസിറ്റീവ് സ്ട്രോക്കേ കൊടുക്കാവൂ എന്നാണ്. ഇവിടെ ഒരച്ഛൻ ചിരിച്ചു കൊണ്ടു പോസിറ്റീവ്

സ്ട്രോക്കു കൊടുത്തതും മറ്റേ അച്ഛൻ പോസിറ്റീവെന്ന ധാരണയിൽ കുട്ടിയെ നന്നാക്കാൻവേണ്ടി വഴക്കു പറഞ്ഞതും ഫലത്തിൽ നെഗറ്റീവായി മാറി. അപ്പോൾ എന്റെ ചോദ്യങ്ങൾ ഇവയാണ്. തെറ്റു കണ്ടാൽ ശിക്ഷിക്കാമോ, ശിക്ഷിക്കൽ നെഗറ്റീവ് സ്ട്രോക്കു കൊടുക്കലല്ലേ? നെഗറ്റീവ് സ്ട്രോക്കു കൊടുക്കുന്നത് ശരിയാണോ?

ശ്രീനിധിയുടെ സംശയം ന്യായമാണ്. അതിനേപ്പറ്റി അടുത്ത ക്ലാസ്സിൽ പറയാം.

ശിക്ഷയായി നെഗറ്റീവ് സ്ട്രോക്ക് കൊടുക്കാമോ?

കുഞ്ഞുങ്ങൾക്ക് പ്രതിരോധ കുത്തിവയ്പ്പുകൾ നടത്തുമ്പോൾ അവർ വേദനകൊണ്ട് കരയും. ചിലപ്പോൾ ഒന്നുരണ്ടു ദിവസത്തേക്ക് പനി വന്നെന്നുമിരിക്കും. ചിലപ്പോൾ കുത്തിവയ്പ്പിനോട് ഭാവിയിൽ അവർക്ക് ഭയം ഉണ്ടാകാനും ഇതു കാരണമായേക്കാം. ഇതെല്ലാം കുത്തിവയ്പ്പ് എന്ന പ്രവൃത്തിമൂലം കുഞ്ഞുങ്ങളിൽ രേഖപ്പെടുത്തിയേക്കാവുന്ന നെഗറ്റീവ് സ്ട്രോക്കുകളാണ്.

എന്തിനാ വെറുതേ കുഞ്ഞിനെ കരയിക്കുന്നത്, രണ്ടുമൂന്നു ദിവസം പനിപിടിച്ചു കിടന്നാൽ കുഞ്ഞിനു ക്ഷീണം വരില്ലേ എന്നെല്ലാം വിചാരിച്ച് ആരെങ്കിലും കുഞ്ഞുങ്ങളെ പ്രതിരോധ കുത്തിവയ്പ്പുകൾക്കു വിധേയമാക്കാതിരിക്കുമോ? ഇല്ല. എന്താ കാര്യം? പ്രതിരോധ കുത്തിവയ്പ്പ് എടുക്കാതിരുന്നാൽ ഭാവിയിൽ അതു പല മാരകരോഗങ്ങളെയും വിളിച്ചുവരുത്തും.

ചില കുട്ടികൾ മറ്റുള്ളവരോടു ചീത്തവാക്കുകൾ പറയുകയും അവരെ ഉപദ്രവിക്കുകയും ചെയ്യാറുണ്ട്. മറ്റു ചിലരാകട്ടെ പരസ്പരം തല്ലുകയും എറിയുകയും മൂർച്ചയുള്ള വീട്ടുപകരണങ്ങൾ എടുത്തു കളിക്കുകയും ചെയ്യുന്നവരായിരിക്കും. ഇങ്ങനെയുള്ള ദുശ്ശീലങ്ങൾ ഭാവി യിൽ അവർക്കുതന്നെ ദോഷമായിത്തീർന്നേക്കാം. അങ്ങനെ സംഭവിക്കാതിരിക്കണമെങ്കിൽ, 'മുളയിലേ നുള്ളുക' എന്നു പറയും പോലെ തുടക്കത്തിൽത്തന്നെ അങ്ങനെയുള്ള ദുശ്ശീലങ്ങളെ തടയുന്നതിനായി ചെറിയതോതിൽ ശിക്ഷകൾ കൊടുക്കേണ്ടി വരും. ഈ ശിക്ഷകൾ നെഗറ്റീവ് സ്ട്രോക്കുകൾ ആണെങ്കിൽപോലും അതു വേണ്ടിവരും. മാരകരോഗങ്ങൾ വരാതിരിക്കാൻ വേണ്ടി വാക്സിനുകൾ എടുക്കുന്നതിലൂടെ അല്പം വേദനയോ പനിയോ സഹിക്കുംപോലെയാണ് ഈ ചെറുശിക്ഷകൾ. ഭാവിയിൽ അത് ഏറെഗുണം ചെയ്യുന്നവയാണ്.

വേണ്ട സമയത്ത് നെഗറ്റീവ് സ്ട്രോക്കു കൊടുത്താൽ ഔഷധം പോലെ അതു ഗുണം ചെയ്യുമെന്നല്ലേ ടീച്ചർ ഇപ്പോൾ പറയുന്നത്? ശ്രീനിധിയിൽ നിന്നൊരു സംശയമുയർന്നു.

സംശയമെന്താ അങ്ങനെ തന്നെയാണ് പറഞ്ഞത്.

അങ്ങനെയാണെങ്കിൽ, ഒന്നു ചോദിക്കട്ടെ, അച്ഛനുനേരേ അശ്ലീലവാക്കുകൾ ഉപയോഗിച്ച മകനെ നോക്കി 'നിന്നെ ഞാൻ ശരിയാക്കുമെടാ' എന്നു പറഞ്ഞ ഒരച്ഛന്റെ കഥ കഴിഞ്ഞ ക്ലാസ്സിൽ പറഞ്ഞിരുന്നു. അച്ഛന്റെ ഇടപെടൽമൂലം മകനു നെഗറ്റീവ് സ്ട്രോക്കു കിട്ടുമെന്നും ഇതുമൂലം കുട്ടിയുടെ തലച്ചോറിൽ അച്ഛനോടു പ്രതികാരം ചെയ്യണമെന്നുള്ള തീരുമാനം സ്ക്രിപ്റ്റ് ചെയ്യപ്പെടുമെന്നും കഴിഞ്ഞ ക്ലാസ്സിൽ പറഞ്ഞിരുന്നു. അച്ഛൻ കുട്ടിക്ക് നെഗറ്റീവ് സ്ട്രോക്ക് കൊടുത്തതുകൊണ്ട് ദോഷമല്ലാതെ ഒരു ഗുണമുണ്ടായില്ലെന്നു സാരം. ഇന്നത്തെ ക്ലാസ്സിൽ പറയുന്നു നെഗറ്റീവ് സ്ട്രോക്കു കൊടുത്താൽ മരുന്നുപോലെ ഗുണം ചെയ്യുമെന്ന്. ഇതിലേതാണു ശരി?

വളരെ നീണ്ട ഈ ചോദ്യമെല്ലാവരും കേട്ടല്ലോ. ഇതിന്റെ ഉത്തരം എല്ലാവരും ശ്രദ്ധിച്ചു കേൾക്കണം.

മകനെ നന്നാക്കാൻ വേണ്ടി, അല്ലെങ്കിൽ ആ ഉദ്ദേശത്തോടുകൂടി ആയിരുന്നു അയാൾ വഴക്കു പറഞ്ഞതും മകനെ ഉപദ്രവിക്കാൻ ശ്രമിച്ചതും. കുട്ടികളെ നന്നാക്കുന്നത് തല്ലു കൊടുത്തായിരിക്കണമെന്നും അതുകൊണ്ടു മാത്രമേ അവർക്കു ഗുണമുണ്ടാകൂ എന്നും അയാൾ ധരിച്ചിരിക്കുന്നു.

ഒരാളിനു ഗുണം കിട്ടാൻ വേണ്ടി കൊടുക്കുന്ന സ്ട്രോക്ക് പോസിറ്റീവാണല്ലോ. അതിലാർക്കും സംശയമില്ലല്ലോ. ഈ ധാരണയിൽ കൊടുക്കുന്ന സ്ട്രോക്കുകൾ നെഗറ്റീവായി മാറുന്ന കാഴ്ചയാണ് കഴിഞ്ഞ ക്ലാസിൽ നമ്മൾ കണ്ടത്. സ്ട്രോക്കു കൊടുക്കുന്നവരുടെ ബാല്യകാലാനുഭവങ്ങളുടെ ഉയർത്തെഴുന്നേൽപ്പും അറിവില്ലായ്മയുംകൊണ്ടാണ് ഇങ്ങനെയെല്ലാം സംഭവിക്കുന്നത്. ഇവിടെ മറ്റൊരു കാര്യംകൂടി ഓർമ്മിപ്പിക്കാം. ആ കഥയിലെ കുട്ടി അശ്ലീല വാക്കുകൾ പഠിച്ചത് എവിടെ നിന്നാണ്? മദ്യപാനിയായ അച്ഛനിൽ നിന്നല്ലേ? നല്ല ശീലങ്ങൾ ചൊല്ലിപ്പഠിപ്പിച്ചാലോ തല്ലിപ്പഠിപ്പിച്ചാലോ കുഞ്ഞുങ്ങൾ അതു പഠിക്കണമെന്നില്ല. അവർ അനുകരണ ശീലമുള്ളവരാണ്, മാതാപിതാക്കളെ അനുകരിക്കുക മാത്രമേ ചെയ്യുന്നുള്ളു. എന്നാൽ ഇന്നിവിടെ

പറയുന്നത് ഭാവിയിൽ ഉണ്ടായേക്കാവുന്ന വലിയ വിപത്തുകളെ ഒഴിവാക്കാനായി ചിലപ്പോൾ ചെറിയ തോതിലുള്ള ശിക്ഷകളിലൂടെ നെഗറ്റീവ് സ്ട്രോക്കുകൾ കൊടുക്കേണ്ടി വരും എന്നതിനെ പറ്റി യാണ്. അങ്ങനെ വേണ്ടിവരുമ്പോൾ അതു കൊടുക്കുക തന്നെ വേണം. പക്ഷേ, അതു വേണ്ടസമയത്തുതന്നെ കൊടുക്കണം അത്രതന്നെ. കതിരിന്മേൽ വളം വെച്ചിട്ട് കാര്യമില്ല, ചെറുപ്പത്തിലേ തുടങ്ങണമെന്നർത്ഥം. അതുമാത്രമല്ല, വേണ്ടവിധത്തിൽ വേണ്ടത്ര അളവിൽമാത്രമേ നെഗറ്റീവ് സ്ട്രോക്കുകൾ കൊടുക്കാവൂ. ഇനിയും മറ്റൊരു കാര്യം കൂടി.

അധികമായാൽ അമൃതും വിഷം

വിഷമയമായ ചില മരുന്നുകൾ ചെറിയ തോതിൽ ഉപയോഗി ച്ചാൽ അതു വേദനസംഹാരികളായി പ്രവർത്തിക്കും. എന്നാൽ അതേ മരുന്ന് വലിയതോതിൽ ഉപയോഗിച്ചാൽ മരണകാരണ വുമാകും. അതുപോലെയാണ് നെഗറ്റീവ് സ്ട്രോക്കു കൊടുക്കൽ, വളരെ സൂക്ഷിച്ചു മാത്രം ചെയ്യേണ്ട കാര്യമാണത്. എന്നാൽ അറി വില്ലായ്മമൂലം ചിലപ്പോഴെങ്കിലും ശിക്ഷകളുടെ പേരിൽ കൊടു ക്കുന്ന നെഗറ്റീവ് സ്ട്രോക്കുകൾ ദോഷകരമായി ഭവിച്ചേക്കാം. തെറ്റായ സമയത്തോ അല്ലെങ്കിൽ അമിതമായ അളവിലോ നെഗ റ്റീവ് സ്ട്രോക്ക് കൊടുത്തതായിരിക്കാം അതിനുകാരണം. പൂജാ രിയെ ചീത്ത വിളിച്ച കുട്ടിയേയും അച്ഛനെ നോക്കി അശ്ലീലം പറഞ്ഞ കുട്ടിയേയും കൈകാര്യം ചെയ്ത രീതികളെപ്പറ്റി കഴിഞ്ഞ ക്ലാസ്സിൽ പറഞ്ഞ കാര്യങ്ങൾ ഇതിനുദാഹരണങ്ങളാണ്.

കുട്ടികളെ തല്ലിയാലേ അവരുടെ ദുശ്ശീലങ്ങൾ മാറൂ എന്ന ധാര ണയാണ് ഏറെപ്പേരേയും ഭരിക്കുന്നത്. എന്നാൽ തല്ലു കൂടുത ലായാൽ ഫലം വിപരീതമായിരിക്കും എന്നുകൂടി ഓർക്കണം. അടി ഒരു ശിഷാമാർഗ്ഗമാണെങ്കിലും അടിയെ മാത്രം ശിക്ഷാമാർഗ്ഗമായി ആശ്രയിക്കരുത്. അടിയല്ലാതുള്ള ശിക്ഷകളും പരീക്ഷിക്കാം. കാരണം എല്ലാ കുട്ടികളും അടി കിട്ടുമ്പോൾ പ്രതികരിക്കുന്നത് ഒന്നുപോലെ ആയിരിക്കില്ല. അടി കിട്ടുമ്പോഴുള്ള പ്രതികരണം അനുസരിച്ച് കുട്ടികളിൽ മൂന്നു വിഭാഗക്കാരുണ്ട്.

1) തെറ്റു ചെയ്താൽ ശിക്ഷയായി അടി കിട്ടുമെന്നു പേടിപ്പി ച്ചാൽ അനുസരിക്കുന്നവർ.

2) അടി കിട്ടിയാൽ മാത്രം അനുസരിക്കുന്നവർ

3) അടി കിട്ടുതോറും വാശിയോടെ തെറ്റു ചെയ്യുന്നവർ.

അടി തരുമെന്നു പേടിപ്പിച്ചിട്ടും തെറ്റു ചെയ്യുന്ന കുട്ടിയെ അമിത വാത്സല്യത്തിന്റെ പേരിൽ ശിക്ഷിക്കാതിരുന്നാൽ മാതാപിതാക്കളാണ് യഥാർത്ഥ തെറ്റുകാരായി മാറുന്നത്. ചില വീടുകളിൽ കുട്ടികൾ എന്തെങ്കിലും തെറ്റു ചെയ്താൽ അവരെ അപ്പോൾത്തന്നെ ശിക്ഷിക്കുന്നതിനു പകരം, അച്ഛനിങ്ങു വരട്ടെ പറഞ്ഞു കൊടുക്കുന്നുണ്ട്. അച്ഛന്റെ കയ്യിൽനിന്നു വീക്കു കിട്ടിയാലേ നീ അനുസരിക്കൂ എന്നെല്ലാമായിരിക്കും അമ്മമാർ പറയുന്നത്. ഇത് തുടർന്നാൽ രണ്ടു രീതിയിൽ കുഴപ്പം ചെയ്യും. ഒന്നുകിൽ വൈകിട്ടു കിട്ടാൻ പോകുന്ന ശിക്ഷയോർത്ത് കുട്ടി ആധിപിടിച്ച് ഉത്കണ്ഠാകുലനാകും. അതു കുട്ടിയുടെ വ്യക്തിത്വത്തെ ബാധിക്കും. അല്ലെങ്കിൽ അമ്മയെ അനുസരിക്കേണ്ട അച്ഛനെ മാത്രം ഭയന്നാൽ മതി എന്നൊരു വിഭാഗീയ ചിന്ത കുട്ടിയിൽ രൂപംകൊള്ളും. അടികിട്ടിക്കഴിഞ്ഞാൽ മാത്രം അനുസരിക്കുന്ന കുട്ടികളെ നിയന്ത്രിതമായി മാത്രം ശിക്ഷിക്കാവുന്നതാണ്.

അടി കിട്ടുംതോറും വാശിയോടെ വീണ്ടും വീണ്ടും തെറ്റു ചെയ്യുന്നവരെ സൂക്ഷിക്കണം. അവരിൽ സ്വഭാവ വൈകൃതങ്ങൾ കണ്ടേക്കാം. അവർക്കു കൊടുക്കേണ്ട ശിക്ഷ ക്രിയാത്മകമായിരിക്കണം. മറ്റുള്ളവർക്ക് സേവനം ചെയ്തുകൊടുക്കുംവിധത്തിലുള്ള ശിക്ഷകൾ പരീക്ഷിക്കാവുന്നതാണ്. ഉദാഹരണമായി, കുട്ടി മറ്റുള്ളവരുടെ സാധന സാമഗ്രികൾക്ക് നാശം വരുത്തിയാൽ അതു പരിഹരിച്ചു കൊടുക്കുന്നതിനു കുട്ടിയെ പ്രേരിപ്പിക്കണം. അങ്ങനെ പ്രവർത്തിക്കുമ്പോൾ അതിനെ പ്രശംസിക്കയും പ്രോത്സാഹിപ്പിക്കുകയും വേണം. മാത്രവുമല്ല, താൻ മൂലം നഷ്ടം സംഭവിച്ചവർക്കു മുന്നിൽ ക്ഷമ പറയാനും കുട്ടിയെ ഉപദേശിക്കാം.

ശിക്ഷ നടപ്പാക്കുമ്പോൾ ശ്രദ്ധിക്കേണ്ട ചിലകാര്യങ്ങൾ

1) കുട്ടികൾ അമിത വികാരങ്ങൾക്ക് അടിമപ്പെട്ടു നിൽക്കുന്ന വേളയിൽ അവരെ ഒരു കാരണവശാലും ശിക്ഷിക്കാൻ പാടില്ല. മനപ്പൂർവ്വമല്ലാതെ, കേവലം ശ്രദ്ധക്കുറവുകൊണ്ടുമാത്രം കുട്ടികൾ എന്തെങ്കിലും നഷ്ടപ്പെടുത്തുകയോ ചീത്തയാക്കുകയോ ചെയ്യുകയും, അതോർത്ത് വിഷമിച്ചും മാതാപിതാക്കളെ ഭയന്നും ഇരിക്കുന്ന വേളയിൽ അവർക്കു വേണ്ടത് ശിക്ഷയല്ല, ശരിയായ മാർഗ്ഗനിർദ്ദേശവും സാന്ത്വനവുമാണ്. മറിച്ചായാൽ മാതാപിതാക്കൾ തങ്ങളെ മനസ്സിലാക്കുന്നില്ലെന്ന നിസ്സഹായചിന്ത അവരിൽ

ഉണ്ടാകുമെന്നു മാത്രമല്ല കുട്ടികൾക്കു മാതാപിതാക്കളിലുള്ള വിശ്വാസ്യത നഷ്ടപ്പെടുകയും ചെയ്യും. അതിനാൽ കുട്ടികളുടെ ഓരോ തെറ്റിനുമുള്ള ശിക്ഷകൾ അതിസൂക്ഷ്മതയോടെയും നിരീക്ഷണപാടവത്തോടെയും മാത്രമേ നിശ്ചയിച്ചു നടപ്പാക്കാവൂ.

2) മാതാപിതാക്കൾ കടുത്ത മാനസിക സമ്മർദ്ദങ്ങളിൽ പെട്ടുഴലുമ്പോൾ കുട്ടികളെ ശിക്ഷിക്കാൻ പാടില്ല.

കാരണം, അങ്ങനെയുള്ള സാഹചര്യങ്ങളിൽ ചെറിയ കുറ്റങ്ങൾക്കുപോലും വിവേചനരഹിതമായി കഠിനശിക്ഷകൾ നടപ്പാക്കിയേക്കാം. മാതാപിതാക്കൾക്ക് മറ്റുള്ളവരോടുള്ള ദേഷ്യം തീർക്കാനോ കുട്ടികളെ തോൽപ്പിക്കാനോവേണ്ടി ആയിരിക്കരുത് ശിക്ഷാനടപടികൾ.

3) ശിക്ഷാർഹമായ തെറ്റു കണ്ടാൽ അപ്പോൾത്തന്നെ ശിക്ഷ കൊടുക്കാതെ, പിന്നീടെപ്പോഴെങ്കിലും, നീ അന്നങ്ങനെ ചെയ്തില്ലേ എന്നു ചോദിച്ചുകൊണ്ട് ശിക്ഷ നടപ്പാക്കുന്ന രീതി ശരിയല്ല. കാരണം ഭാവിയിൽ ഇതേ രീതിയിൽ കുട്ടികൾ മാതാപിതാക്കളോടും ഇടപെടാൻ സാധ്യതയുണ്ട്.

4) ശിക്ഷകൾ ഏറ്റുവാങ്ങുമ്പോൾ എന്തിനാണ് തങ്ങൾ ശിക്ഷ വാങ്ങിയതെന്ന് അവർക്ക് ബോദ്ധ്യം വരണം അഥവാ അവരെ ബോദ്ധ്യപ്പെടുത്തണം.

5) ശിക്ഷകൾ എന്തുതന്നെ നടപ്പാക്കുമ്പോഴും, ഏതാപത്തിലും പ്രതികൂലഘട്ടത്തിലും മാതാപിതാക്കൾ തങ്ങളോടൊപ്പം ഉണ്ടാകുമെന്നുള്ള ഒരു വിശ്വാസം കുട്ടികളിൽ ഉണ്ടാക്കിയെടുക്കുകയും വേണം. അതായിരിക്കണം ശിക്ഷകളുടെ പ്രധാന ലക്ഷ്യം.

സ്വഭാവ വൈവിധ്യം: ഫിസിക്കൽ സ്ട്രോക്കുകളുടെ പങ്ക്

വാക്കുകൾകൊണ്ടും പ്രവൃത്തികൾകൊണ്ടും സ്ട്രോക്കുകൾ കൊടുക്കാം. വാക്കാലുള്ള സ്ട്രോക്കിനെ Verbal Stroke എന്നും പ്രവൃത്തികൊണ്ടുള്ള സ്ട്രോക്കിനെ Physical Stroke എന്നും പറയാം. ഇവ രണ്ടിലും പോസിറ്റീവും നെഗറ്റീവും ഉണ്ട്. ഫിസിക്കൽ സ്ട്രോക്കിൽ സ്പർശനം വളരെ പ്രധാനമാണ്. ജോലിയുള്ള അമ്മമാർ അഭിമുഖീകരിക്കുന്ന ഏറ്റവുംവലിയ പ്രശ്നമാണ് കുഞ്ഞിനെ ലാളിക്കാൻ മതിയായ സമയം കിട്ടുന്നില്ല എന്നത്.

എന്താണിതിനൊരു പരിഹാരം? ഇവിടെയിരിക്കുന്ന ഒട്ടുമിക്ക അമ്മമാരും ജോലിയുള്ളവരാണ്. നിങ്ങളുടെ കുഞ്ഞിനു നാലു വയസ്സാകുന്നതുവരെയെങ്കിലും അതിനെ പരിലാളിച്ചുകൊണ്ട് ജോലിക്ക് പോകാതിരുന്നവർ എത്രപേരുണ്ടിവിടെ? ആരും കാണില്ലെന്നെനിക്കറിയാം. സാമ്പത്തികമാണ് പ്രശ്നം അല്ലേ? പക്ഷേ, കുഞ്ഞിന് വേണ്ടത് പണമല്ലല്ലോ. ആ പ്രായത്തിൽ അതിനു വേണ്ടത് സ്നേഹമസൃണമായ സ്പർശനവും അതിനുപുറമേ സുരക്ഷിതാവസ്ഥയുമാണ്. കാരണം, അതീവസുരക്ഷിതമായ ഗർഭപാത്രത്തിൽ നിന്നാണ് കുഞ്ഞ് ഭൂമിയിലേക്കെത്തുന്നത്. ഇവിടെ കുഞ്ഞ് ആഗ്രഹിക്കുന്നതും കുഞ്ഞിനു വേണ്ടതും ഗർഭപാത്രത്തിൽ കിട്ടിയിരുന്ന അതേ സുരക്ഷിതാവസ്ഥയാണ്. സുരക്ഷിതമെന്ന ആ തോന്നൽ അഥവാ വികാരം ഒരമ്മയ്ക്കു മാത്രമേ കൊടുക്കാൻ കഴിയൂ, ഇതു സാധിക്കുന്നത് സ്പർശനത്തിലൂടെ മാത്രമാണ്.

പഞ്ചേന്ദ്രിയങ്ങളിലൂടെ ആണ് നമ്മളിൽ സ്ട്രോക്കുകൾ എത്തുന്നതെന്നു നേരത്തേ പറഞ്ഞിരുന്നല്ലോ. കുഞ്ഞിനെ സംബന്ധിച്ചാണെങ്കിൽ ആദ്യമായി സ്ട്രോക്ക് ലഭിക്കുന്നത് സ്പർശനത്തിലൂടെയാണ്. കണ്ണടച്ചുകിടന്ന് കരയുന്ന ഒരു പിഞ്ചുകുഞ്ഞിനെ

ആശ്വസിപ്പിക്കാനായി പലരും മാറിമാറി എടുത്തിട്ടും കരച്ചിൽ നിറുത്താത്തതും എന്നാൽ കുഞ്ഞിന്റെ അമ്മ വന്ന് അതിനെ എടുത്താൽ, കരച്ചിൽ നിറുത്തുന്നതും ഒരുപക്ഷേ നിങ്ങൾക്ക് അനുഭവമുണ്ടായിരിക്കും. കണ്ണടച്ചിരിക്കുന്ന അവസ്ഥയിലാണെങ്കിൽപോലും അമ്മയെ കാണാതെ തന്നെ ആ പിഞ്ചുകുഞ്ഞു കരച്ചിൽ നിർത്തുന്നുവെങ്കിൽ എന്താണിതിനു കാരണം?

'അമ്മ അതിനെ നോവിക്കാതെ എടുത്തു കാണും ടീച്ചർ'

അതല്ല ഗീതേ കാരണം

'ചിലപ്പോൾ അമ്മയുടെ ശബ്ദം കുഞ്ഞു കേട്ടുകാണും'

അതുമല്ല കാരണം, അമ്മ ശബ്ദമുണ്ടാക്കാതെ വന്നു കുഞ്ഞിനെ എടുത്താലും ഇതു തന്നെ സംഭവിക്കും ഗീതേ. ശരീരത്തോടൊന്നു ചേർത്തുപിടിച്ചാൽമതി കുഞ്ഞ് അപ്പോൾത്തന്നെ അമ്മയെ തിരിച്ചറിയും. എന്താണതിന് കാരണം?

'പാലു കിട്ടുമെന്നു വിചാരിച്ചിട്ടായിരിക്കും ടീച്ചർ'

ഇതൊന്നുമല്ല കാരണം

'ഇതൊന്നുമല്ലെങ്കിൽ വേറെന്താണു ടീച്ചർ?'

ഒന്നു ചേർത്തുപിടിച്ചാൽമതിയെന്നു ഞാൻ പറഞ്ഞതു നിങ്ങൾ ശ്രദ്ധിച്ചില്ല അല്ലേ? അമ്മയുടെ ശരീരത്തോടടുക്കുമ്പോൾ കുഞ്ഞിന് അമ്മയുടെ ഗന്ധം തിരിച്ചറിയാൻ കഴിയും അങ്ങനെയാണ് അമ്മയെ കുഞ്ഞു തിരിച്ചറിയുന്നത്. അമ്മയാണെന്നു തിരിച്ചറിഞ്ഞെങ്കിൽ മാത്രമേ പാലു കിട്ടുമെന്നും മറ്റുമുള്ള വികാരം ഉണ്ടാവൂ. ഇവിടെ കുഞ്ഞിനു ലഭിക്കുന്ന അനുഭവം (സ്ട്രോക്ക്) മണമാണ്. അതു ലഭിക്കുന്നതോ പഞ്ചേന്ദ്രിയങ്ങളിലൊന്നായ മൂക്കു വഴിയും.

ഇനിയുള്ള ചോദ്യം അമ്മമാരോടാണ്.

'കുഞ്ഞുങ്ങൾക്കായി കൊടുക്കാൻ കഴിയുന്ന ഏറ്റവും നല്ല ഫിസിക്കൽ സ്ട്രോക്കുകൾ ഏതെല്ലാമാണ്?'

കെട്ടിപ്പിടിക്കൽ, മടിയിലിരുത്തൽ, എടുത്തുകൊണ്ട് നടക്കൽ, ഉമ്മ വെയ്ക്കൽ, ഇക്കിളിയിട്ടു ചിരിപ്പിക്കൽ, ഭയന്നോടിവരുന്ന കുഞ്ഞിനെ വാരിപ്പുണർന്ന് ആശ്വസിപ്പിക്കൽ എന്നിങ്ങനെ ഓരോരുത്തരായി അഭിപ്രായം പറഞ്ഞതിനെ ടീച്ചർ ശരിവച്ചപ്പോൾ ആശുപത്രി ജീവനക്കാരിയായ സ്വപ്നക്കൊരു സംശയം

'എന്തിനാണു ടീച്ചറേ അമ്മമാർക്കു മാത്രമായിട്ടീ ചോദ്യം, ഇതെല്ലാം അച്ഛന്മാർക്കും ചെയ്തുകൂടേ?'

തീർച്ചയായും അച്ഛന്മാർക്കും ചെയ്യാവുന്നതാണ്, ചെയ്യണം. കുഞ്ഞുങ്ങളെ കുളിപ്പിക്കുക, മുടി ചീകിക്കൊടുക്കുക, മുഖത്തു പൗഡർ ഇട്ടുകൊടുക്കുക, വസ്ത്രങ്ങൾ അണിയിക്കുക തുടങ്ങിയ സഹായങ്ങളെല്ലാം കുട്ടിയെ സംബന്ധിച്ച് ഫിസിക്കൽ സ്ട്രോക്കുകളാണ്.

ഒരു സംശയം കൂടി എന്നു പറഞ്ഞുകൊണ്ട് സ്വപ്നയുടെ ചോദ്യമുയർന്നു.

'ഈ ഫിസിക്കൽ സ്ട്രോക്കെന്നു പറയുന്നത് കുഞ്ഞുങ്ങൾ ആഗ്രഹിക്കുന്നതാണ്, അർഹിക്കുന്നതുമാണ്. അതവർക്കു കൊടുക്കുകതന്നെവേണം. പുറത്തു പോയുള്ള ജോലിയും വീട്ടിനുള്ളിലെ ജോലിയുമായി നെട്ടോട്ടോം കുറിയോട്ടോം ഓടുന്ന ഭാര്യമാരും അമ്മമാരുമായ ഞങ്ങൾക്കും ഒരു ഫിസിക്കൽ സ്ട്രോക്ക് ആഗ്രഹിച്ചുകൂടേ?'

സ്വപ്നയുടെ ചേദ്യത്തിനു പിന്നാലെ നാരായണന്റെ വക ഒരു അനൗൺസ്മെന്റ്. 'ന്യായമായ ചോദ്യം, പുരുഷന്മാരുടെ ശ്രദ്ധക്ക്, നോട്ട് ദ പോയന്റ്'

അതുപറഞ്ഞതും ക്ലാസ്സിൽ ചിരിയുടെ ചാകര പുളഞ്ഞു. അതൽപ്പമൊന്നടങ്ങിയപ്പോൾ ടീച്ചർ വീണ്ടും തുടങ്ങി.

'നാരായണേട്ടാ ആലിംഗനവും ചുംബനങ്ങളും മാത്രമല്ല ഫിസിക്കൽ സ്ട്രോക്ക്. കണ്ണുകാണാത്ത ഒരാളിനെ റോഡ് മുറിച്ചുകടക്കാൻ കൈ പിടിച്ചു സഹായിക്കുന്നതും ഫിസിക്കൽ സ്ട്രോക്കു കൊടുക്കലാണ്. ഫിസിക്കൽ സ്ട്രോക്കു കൊടുക്കൽ ഇന്റിമസി വർദ്ധിപ്പിക്കും. നിങ്ങൾ ഭർത്താക്കൻമാർ അടുക്കളയിൽ ഭാര്യമാരെ സഹായിക്കുന്നതും ഒരുതരം സ്ട്രോക്കു കൊടുക്കലാണ്. അത് ഏതുതരം സ്ട്രോക്കാണെന്നു പിന്നീടു പറയാം. അങ്ങനെ സഹായിക്കുന്നത് അവരുടെ ഹൃദയത്തിലേക്കു കയറാനുള്ള കുറുക്കുവഴിയാണെന്നു ഭർത്താക്കൻമാർ ഓർത്തിരിക്കുന്നത് നല്ലതാണ്.

'എങ്കിൽ പിന്നെ ഭാര്യയുടെ ഹൃദയത്തിൽ നിന്നു പുറത്തിറങ്ങാൻ പറ്റാതെ വരും'

'അതെന്താ നരായണേട്ടാ?'

അടുക്കളയിൽ തന്നെ തളച്ചിട്ടാൽ പിന്നെന്തു ചെയ്യും ടീച്ചർ.

നാരായണന്റെ ചോദ്യത്തിൽ എല്ലാവരും രസിച്ചിരിക്കുമ്പോൾ,

ശരി നമുക്കു വിഷയത്തിലേക്കു വരാമെന്നു ടീച്ചർ.

കുഞ്ഞുങ്ങൾക്കു ഫിസിക്കൽ സ്ട്രോക്കു കൊടുക്കുന്നതിനെപ്പറ്റിയല്ലേ നമ്മൾ പറഞ്ഞു വന്നത്. എന്റെ സുഹൃത്തായ ഡോക്ടറേപ്പറ്റി ഞാൻ നേരത്തേ പറഞ്ഞതെല്ലാവരും ഓർക്കുന്നുണ്ടല്ലോ? അദ്ദേഹം എന്നോടു പറഞ്ഞിട്ടുള്ള നിരവധി കേസുകളുണ്ട്. അതിലൊന്നിപ്പോൾ പറയാം.

ഫിസിക്കൽ സ്ട്രോക്ക് കൊടുക്കാൻ മറക്കുന്ന അമ്മമാർ

ഒരിക്കൽ ഈ ഡോക്ടറുടെ അടുത്തേക്ക് എട്ടാംക്ലാസിൽ പഠിക്കുന്ന ഒരാൺകുട്ടിയെ അച്ഛനമ്മമാർ കൊണ്ടുവന്നു. കൗമാരദശയിലേക്കു കടക്കുന്ന പ്രായം, വികാരവിചാരങ്ങൾക്കു ചിറകു മുളക്കുന്ന കാലം. പഠനം താഴേക്കു താഴേക്കു പോകുന്നു. പലപ്പോഴും എവിടെയോ നോക്കി വിഷാദിച്ചിരിക്കും. ഇതൊക്കെയായിരുന്നു അവരുടെ പരാതി. കുട്ടിയോടു സംസാരിച്ചപ്പോൾ, സ്കൂൾ വിട്ടു വന്നാൽ അവനെ കളിക്കാൻ വിടാറില്ലെന്നുമാത്രം മനസ്സിലായി. തുടർന്ന് ദീർഘനേരം ചോദിച്ചിട്ടും കാതലായ ഒരു കാരണവും കണ്ടെത്താൻ കഴിഞ്ഞില്ല. ഒടുവിൽ, സ്കൂളിൽനിന്നു വരുമ്പോൾ വീട്ടിൽ ആരൊക്കെയുണ്ടാകുമെന്നുള്ള ചോദ്യത്തിന് അവൻ പറഞ്ഞത് എന്താണെന്ന് നമുക്കൊന്നു കേൾക്കാം.

'വീട്ടിൽ അമ്മ മാത്രമേയുള്ളു. അച്ഛൻ മിലിട്ടറിയിലാണ്. ഞാൻ സ്കൂളിൽ നിന്നുവരുമ്പോൾ നാലര മണിയാകും. അമ്മയപ്പോൾ ടീവിയുടെ മുന്നിലായിരിക്കും. അവിടിരുന്നുകൊണ്ട് അമ്മ പറയും ചായ ഫ്ളാസ്കിലുണ്ട്, മുട്ട പുഴുങ്ങിയത് ഡൈനിങ് ടേബിളിൽ വച്ചിട്ടുണ്ട്, എടുത്തു പൊളിച്ചു കഴിക്കാൻ നോക്ക്. ചായ കഴിച്ചു കഴിഞ്ഞാലുടനെ അമ്മ പറയും മണി അഞ്ചുകഴിഞ്ഞു, വേഗം ട്യൂഷനു പോകാൻ നോക്ക്. ഞാൻ ട്യൂഷനുംകഴിഞ്ഞു വരുമ്പോൾ സമയം ഏഴുമണി കഴിഞ്ഞിരിക്കും. വന്നാലുടനേ അമ്മ പറയും, പോയി മേലു കഴുകാൻ നോക്ക്. മേലുകഴുകിയിട്ടു വരുമ്പോൾ പറയും, എന്തെങ്കിലും കഴിക്കാൻ നോക്ക്. കഴിച്ചുകഴിയുമ്പോൾ എട്ടു മണിയാകും. അപ്പോൾ അമ്മ പറയും ഇനി പോയിരുന്നു വല്ലതും പഠിക്കാൻ നോക്ക്. എല്ലാം നോക്കാനാണമ്മ പറയുന്നത്. അതു നോക്ക്, ഇതു നോക്ക് എന്നു പറയുകയല്ലാതെ എന്റെ അടുത്തു പോലും വരില്ല. എനിക്കാണെങ്കിൽ അപ്പോഴേക്കും ഉറക്കം വന്നു തുടങ്ങും'

കുട്ടി പറഞ്ഞതെല്ലാവരും കേട്ടല്ലോ. ഈ കഥ ഇവിടെ നിൽക്കട്ടെ. കഥയിലെ അമ്മയെ നമുക്കൊന്നു ശ്രദ്ധിക്കാം. കുട്ടി സ്ക്കൂളിൽ നിന്നു വരുമ്പോൾ അമ്മ എന്താണു ചെയ്യുന്നത്? ടീവിയുടെ മുന്നിലിരുന്നുകൊണ്ട് നിർദ്ദേശങ്ങൾ നിർലോഭമായി കൊടുക്കുന്നു. അപ്പോൾ അമ്മയുടെ വിചാരമെന്താണ്? മോനെ നല്ല നിലയിലെത്തിക്കാനായി താൻ വേണ്ടതെല്ലാം ചെയ്യുകയും നിർദ്ദേശം കൊടുക്കുകയും ചെയ്യുന്നുണ്ടെന്നാണ്. കുഞ്ഞുങ്ങൾക്ക് ആഹാരവും പഠിത്തവും മാത്രം കിട്ടിയാൽമതി, മറ്റൊന്നും വേണ്ടാ എന്നാണവർ ധരിച്ചിരിക്കുന്നത്. എന്നാൽ യഥാർത്ഥത്തിൽ എന്തൊണു സംഭവിച്ചതെന്നു നോക്കാം.

അമ്മയ്ക്കു 'ടീവി' കാണണം, അതിനായിട്ടാണ് എന്നെ ഒഴിവാക്കുന്നത്, എന്നെ അമ്മയ്ക്കു വേണ്ടാ എന്നീ ചിന്തകൾ കുട്ടിയിലുണ്ടാകുന്നു. ഇതു തുടർന്നപ്പോൾ ഫലമോ പതിയെപ്പതിയെ അവൻ ഏകാന്തതയിൽപ്പെട്ട് തന്റേതായ ലോകത്തിലേക്കു ചുരുങ്ങാൻ തുടങ്ങി. അങ്ങനെ പഠനത്തിൽ ശ്രദ്ധ ഇല്ലാതാവുകയും ചെയ്തു.

അവൻ സ്കൂളിൽനിന്നു വരുന്ന സമയത്ത്, മുറ്റത്തുവച്ചു തന്നെ അവന്റെ ബാഗ് വാങ്ങി വീട്ടിലേക്ക് കൂട്ടിക്കൊണ്ടുവരുകയും എന്തെങ്കിലും സ്കൂൾ വിശേഷങ്ങൾ ചോദിച്ചിട്ട് കയ്യും കാലും മുഖവും കഴുകി വരാൻ പറയുകയും പിന്നീട് അടുത്തിരുത്തി ചായ കൊടുക്കുകയും ട്യൂഷനു പോകാൻ നേരം അവനോടൊപ്പം വെളിയിലേക്കിറങ്ങി യാത്രയാക്കുകയും മറ്റുമായിരുന്നു ഈ അമ്മയുടെ പതിവെങ്കിൽ, എന്തു മാറ്റമായിരിക്കും അവനിൽ ഉണ്ടാവുക? ആർക്കു പറയാം?

'അമ്മ അവനെ ശ്രദ്ധിക്കുന്നുണ്ടെന്നും സ്നേഹിക്കുന്നുണ്ടെന്നും അവനുവേണ്ടി കാത്തിരിക്കുകയാണെന്നും മറ്റുമുള്ള ഒരു തോന്നൽ അവനിലുണ്ടാകും. ആ തോന്നൽ, അമ്മയെ ഉറച്ചു വിശ്വസിക്കുവാൻ അവനെ സഹായിക്കും'. ബാലവിഹാറിലെ സഹായി ആയി ജോലി ചെയ്യുന്ന സുലോചന അതു പറയുമ്പോൾ ശരിയാണെന്നു തല കുലുക്കിക്കൊണ്ട് ടീച്ചർ തുടർന്നു.

'ഫിസിക്കൽ സ്ട്രോക്കുകൾ കൊടുക്കാതെ കുഞ്ഞുങ്ങളെ അവഗണിക്കുന്നവരുടെ കൂട്ടത്തിൽ അമ്മമാർ മാത്രമല്ല അച്ഛന്മാരുമുണ്ട്'

അതു കാണണമെങ്കിൽ നമുക്ക് മറ്റൊരു വീട്ടിലേക്കു പോകാം. അവിടെ നാലാം ക്ലാസ്സിൽ പഠിക്കുന്ന ഒരു കുട്ടി ഉണ്ട്. അവൻ വൈകിട്ടു ട്യൂഷനും കഴിഞ്ഞെത്തുമ്പോൾ സമയം ആറു മണി.

അപ്പോൾ അച്ഛൻ തറയിൽ കുത്തിയിരുന്ന് പത്രം വായിച്ചു കൊണ്ടിരിക്കുന്നു. രാവിലെ താൻ എഴുന്നേൽക്കുന്നതിനു മുന്നേതന്നെ ജോലിക്കുപോയിരുന്ന അച്ഛനെ കണ്ട സന്തോഷത്തിൽ കുട്ടി അച്ഛന്റെ അടുത്തെത്തി അദ്ദേഹത്തിന്റെ പുറത്തു ചാരിനിന്നു. പിന്നീട് അച്ഛന്റെ തലയിൽ തലോടിക്കൊണ്ട് 'അതെന്താ അച്ഛാ പത്രത്തിൽ കാണുന്ന പടം? ങേ! അതൊരു ലോറിയല്ലേ അച്ഛാ? അയ്യോ അത് മറിഞ്ഞു കിടക്കുകയാണല്ലോ?'

അച്ഛൻ ഒന്നും മിണ്ടുന്നില്ല. തലേദിവസം നിയമസഭയിൽ നടന്ന ബഹളങ്ങളേപ്പറ്റിയുള്ള വാർത്തയിൽ മുഴുകിയിരിക്കുകയാണയാൾ. കുട്ടി വീണ്ടും ചോദിച്ചുകൊണ്ടേയിരിക്കുന്നു.

'അയ്യോ അച്ഛാ ലോറി മറിഞ്ഞെങ്കിൽ ആരെങ്കിലും മരിച്ചു കാണുമോ'

ങ, കാണും അച്ഛൻ തന്റെ അസഹിഷ്ണുത പ്രകടിപ്പിക്കുന്നു.

'രാവിലെ മുതൽ കുഴികുത്തലും പോസ്റ്റിൽ കയറലും കമ്പികെട്ടലും ഒക്കെയായി നടന്നു നടുവൊടിഞ്ഞു വന്നതാ. ഒന്നുസ്വസ്ഥമായിട്ട് ഇരിക്കാമെന്നു വിചാരിക്കുമ്പോഴാ പുറത്തുകയറിയുള്ള അവന്റെയൊരു കിന്നാരം. ലോറി മറിയുകയോ ആരെങ്കിലും ചാവുകയോ എന്തെങ്കിലുമാകട്ടെ നിനക്കെന്താ. നീ നിന്റെ കാര്യം നോക്കിയാൽ പോരേ? പോയിരുന്നു വല്ലതും പഠിക്കാൻനോക്ക്. അതാ നിന്റെ ഇപ്പോഴത്തെ ജോലി, പോ,പോ'

രാവിലെ താൻ ഉണരുന്നതിനുമുമ്പ് പോയ അച്ഛനെ അടുത്തൊന്നു കണ്ടപ്പോൾ സ്പർശനത്തിലൂടെ ഒരു പോസിറ്റീവ് സ്ട്രോക്ക് കിട്ടാൻ വേണ്ടി കുട്ടി ആഗ്രഹിച്ചു അത്ര തന്നെ. പക്ഷെ കെട്ടിപ്പിടുത്തം പോയിട്ട് ഒരു നോട്ടംപോലും കുട്ടിയുടെ നേർക്കെത്തിയില്ലെന്നു മാത്രമല്ല, ശകാരം വേണ്ടത്ര കുട്ടിക്കു കിട്ടുകയും ചെയ്തു. ഫലമോ, ലോറി മറിയുന്നതും ആളുകൾ മരിക്കുന്നതുമൊന്നും തന്നെ ബാധിക്കുന്ന കാര്യമല്ല, താൻ പഠിച്ചാൽ മാത്രം മതി എന്ന തെറ്റായ സന്ദേശം കുട്ടിക്ക് ലഭിക്കുകയും ചെയ്തു.

ഇവിടെ ഒരു ചോദ്യം നിങ്ങളുടെ മുന്നിലുയർത്തുകയാണ്. ഒരാൾ അപകടംപറ്റി രക്തംവാർന്ന് ആരും സഹായത്തിനില്ലാതെ വഴിയിൽ കിടക്കുന്നത് ഭാവിയിൽ ഈ കുട്ടി കണ്ടാൽ എന്തായിരിക്കും സംഭവിക്കുക? ആരാണുത്തരം പറയുക?

'അപകടത്തിന്റെ ഫോട്ടോ മൊബൈൽ ഫോണിൽ പകർത്തി ഫേസ്ബുക്കിലേക്ക് അയച്ചിട്ട് അതിൻമേൽ ലഭിക്കുന്ന ലൈക്കുകളുടെ എണ്ണം നോക്കി അവൻ സന്തോഷിക്കും ടീച്ചർ'

പി.റ്റി.എ. പ്രസിഡന്റ് അതു പറയുമ്പോൾ, ടീച്ചർ അതിനെ പൂർണമായും ശരിവച്ചുകൊണ്ടാണ് വീണ്ടും പറഞ്ഞുതുടങ്ങിയത്. 'ആ വൈകൃതം ഇപ്പോൾ ചെറുപ്പക്കാർക്കിടയിലെ പകർച്ചവ്യാധി പോലെ ആയിത്തീർന്നു. അപകടത്തിൽ പെട്ടവരെ രക്ഷിക്കാനല്ല അപകടത്തിന്റെ ഫോട്ടോ എടുക്കാനാണ് ഇന്നു പലർക്കും തിടുക്കം. ലോറി മറിയുകയോ ആരെങ്കിലും ചാവുകയോ എന്തെങ്കിലുമാകട്ടെ നിനക്കെന്താ പ്രശ്നം, നിന്റെ ജോലി പഠിത്തമാണെന്നു പണ്ട് അച്ഛൻ കൊടുത്ത തെറ്റായ സന്ദേശം അവന്റെ തലയിൽ അപ്പോൾ ഉയർത്തെഴുന്നേൽക്കും. അപകടം പറ്റുന്നതും ആളുകൾ മരിക്കുന്നതുമൊന്നും അവനെ ബാധിക്കുന്ന പ്രശ്നമല്ലെന്നു ധരിച്ചുവച്ചിരിക്കുന്നതിനാൽ ഒന്നും സംഭവിക്കാത്തതുപോലെ അപകടത്തിനുമുന്നിലൂടെ അവൻ കടന്നുപോകും. മനുഷ്യമനസ്സിൽനിന്നും അനുകമ്പ അകന്നുപോയിക്കൊണ്ടിരിക്കുന്നു. കരുണയില്ലാത്തൊരു തലമുറയെ അല്ല നമുക്കു വേണ്ടത്.

'പരോപകാരമേ പുണ്യം,പാപമേ പരദ്രോഹം' എന്നതറിയാതെ വളരുന്ന കുഞ്ഞുങ്ങളെ ആർദ്രതയുള്ളവരാക്കിത്തീർക്കണ്ടേ നമുക്ക്? ആരാണതിനു മാതൃക ആകേണ്ടത്, അച്ഛനമ്മമാരല്ലേ? അവരുടെ പ്രവൃത്തികളായിരിക്കും എന്നും കുട്ടികളുടെ മാതൃക.'

രണ്ടു വീടുകളിലെ കുട്ടികളുടെ കഥയാണ് ഞാനിവിടെ പറഞ്ഞത്. ഈ കഥയിൽ നിന്നും നമ്മൾ രണ്ടു കാര്യങ്ങൾ പഠിക്കേണ്ടതുണ്ട്.

1) കുഞ്ഞുങ്ങളെല്ലാവരും എപ്പോഴും ഫിസിക്കൽസ്ട്രോക്ക് ആഗ്രഹിക്കുന്നവരാണ്. അതു നൽകാതെ അവരെ നിരാശപ്പെടുത്തരുത്.

2) കുഞ്ഞുങ്ങളുടെ ചോദ്യങ്ങളും സംശയങ്ങളും അവഗ ണിക്കരുത്.

അവഗണിച്ചാൽ എന്തുപറ്റും ടീച്ചർ? ചോദ്യം സ്വപ്നയുടേതായിരുന്നു .

നമ്മൾ ഒരാളിനോട് ഏതെങ്കിലും കാര്യം ആവർത്തിച്ചു ചോദിച്ചാൽപോലും അയാൾ മിണ്ടിയില്ലെങ്കിൽ എന്താ ചെയ്ക? വീണ്ടും അയാളോടു ചോദിക്കാൻ തുനിയില്ല, അല്ലേ സ്വപ്നാ? കുഞ്ഞുങ്ങളുടെ കാര്യത്തിലും അതുതന്നെ സംഭവിക്കും. അവരുടെ ചോദ്യങ്ങളെ അവഗണിച്ചാൽ കൂടുതൽ അറിയാനുള്ള ത്വരയും ചോദ്യം ചോദിക്കാനുള്ള ആർജ്ജവവും അവരിൽ ഇല്ലാതാകും. അവരെ അന്തർമുഖരാക്കാൻ ഇതു ഇടവരുത്തുകയും ചെയ്യും.

ഇനിയും നിങ്ങൾ പറയൂ, നമ്മുടെ കുഞ്ഞുങ്ങളെ അന്തർമുഖരാക്കണോ?

ഉപാധികളോടെയുള്ളതും അല്ലാത്തതുമായ സ്ട്രോക്കുകൾ

കഴിഞ്ഞ ക്ലാസ്സിൽ ഞാൻ പറഞ്ഞത് വാക്കുകൾകൊണ്ടും പ്രവൃത്തികൾകൊണ്ടും കൊടുക്കുന്ന സ്ട്രോക്കുകളെ പറ്റിയാണ്. ഇന്നിപ്പോൾ പറയാൻപോകുന്നത് അവയിലുള്ള രണ്ടു വിഭാഗങ്ങളെ പറ്റിയാണ്. മക്കൾക്കുവേണ്ടി, അവരുടെ എല്ലാവിധമായ വളർച്ചക്കും നന്മക്കുംവേണ്ടി, യാതൊരുവിധമായ പ്രതിഫലവും ആഗ്രഹിക്കാതെ, ഒരുപാധിയും വയ്ക്കാതെ അച്ഛനമ്മമാർ കൊടുക്കുന്ന സേവനങ്ങളെ അഥവാ സ്ട്രോക്കുകളെ Unconditional Stroke എന്നാണു പറയുക.

ഭർത്താവ് ഭാര്യക്കുവേണ്ടിയും ഭാര്യ ഭർത്താവിനു വേണ്ടിയും ചെയ്യുന്ന സേവനങ്ങളും അപകടത്തിൽപ്പെട്ടവർക്ക് അവർ ആവശ്യപ്പെടാതെതന്നെ മറ്റൊരാൾ ചെയ്തുകൊടുക്കുന്ന അടിയന്തിര സഹായങ്ങളുമെല്ലാം ഈ ഇനത്തിൽപെട്ടതാണ്. പ്രതിഫലം ആഗ്രഹിക്കാതെ, യാതൊരു വ്യവസ്ഥയും വെയ്ക്കാതെ ചെയ്തുകൊടുക്കുന്ന സഹായങ്ങളാണവ. ഇങ്ങനെയുള്ള സഹായങ്ങളേയും Unconditional Stroke എന്നാണു പറയുക.

ഇവിടെ ഒരു ചോദ്യം ഉയരുന്നു.

പ്രതിഫലം ആഗ്രഹിക്കാതെ കൊടുക്കുന്ന സ്ട്രോക്കുകൾക്ക് ആശയവിനിമയങ്ങളിൽ എന്തെങ്കിലും പ്രാധാന്യം ഉണ്ടോ?

തീർച്ചയായും ഉണ്ട്. അങ്ങനെ കൊടുക്കുന്ന സ്ട്രോക്കുകൾക്കു മാത്രമേ ബന്ധങ്ങൾ ഉണ്ടാക്കുവാനും ഉറപ്പിക്കുവാനും കഴിയൂ ടീച്ചർ.

ആശയുടെ നിരീക്ഷണം വളരെ ശരിയാണ്. അപ്പോൾ വീണ്ടുമൊരു ചോദ്യം ചോദിക്കുന്നു ശ്രദ്ധിച്ചു കേൾക്കണം. ഒരാൾ,

ആവശ്യപ്പെടുന്നതനുസരിച്ച് മറ്റൊരാൾ ഏതെങ്കിലും കാര്യങ്ങൾ അനുസരിക്കുകയോ പ്രവർത്തിക്കുകയോ ചെയ്യുമ്പോൾ അതിനു പ്രതിഫലമായി അവർക്കു കൊടുക്കാമെന്നു മുൻകൂട്ടി പറയുന്ന സമ്മാനങ്ങളേയും പുകഴ്ത്തലുകളേയും സ്ട്രോക്കുകളായി പരിഗ ണിക്കാമോ, പരിഗണിക്കാമെങ്കിൽ അത് ഏതിനത്തിൽപ്പെടും?

അത് ഉപാധി വയ്ക്കലല്ലേ ടീച്ചർ ?

അതെ ആശേ, ഉപാധിവയ്ക്കൽ തന്നെയാണ്. ഇതാണ് കണ്ടീ ഷണൽ സ്ട്രോക്ക്. ചിലപ്പോഴെല്ലാം നമ്മൾ കുഞ്ഞുങ്ങളെക്കൊണ്ട് അവർക്ക് ചെയ്യാൻ കഴിയുന്ന വിധത്തിലുള്ള ചെറിയ ചെറിയ ജോലികൾ ചെയ്യിക്കാറുണ്ട്. അതിന് കുഴപ്പമില്ല. പക്ഷേ, ജോലി തീർത്തിട്ടുവന്നാൽ നിനക്കൊരു സമ്മാനം തരാം എന്നൊരു വാഗ്ദാനം നൽകിയാൽ അതിൽ അല്പം കുഴപ്പമുണ്ട് .

അതിലെന്തു കുഴപ്പമാണു ടീച്ചർ? നമ്മുടെ കുഞ്ഞുങ്ങൾക്കല്ലേ കൊടുക്കുന്നത്? സമ്മാനം ലഭിക്കുന്നത് നമ്മുടെ കുഞ്ഞിനു തന്നെയാണ്. അതൊരു സ്ട്രോക്കു നൽകലാണ്. കുഞ്ഞിനു സന്തോഷം ലഭിക്കുന്ന കാര്യവുമാണ്.

പക്ഷേ, ആ സന്തോഷം ലഭിക്കുന്നതിന് ജോലി ചെയ്തു തീർ ക്കണം എന്ന വ്യവസ്ഥ വച്ചിരിക്കുകയാണ്. അവിടെയാണു കുഴപ്പം. അങ്ങനെ കൊടുക്കുന്ന കണ്ടീഷണൽ സ്ട്രോക്കുകൾ കൊണ്ട് വലിയ മാനസ്സിക അടുപ്പമൊന്നും കുട്ടികളുമായി ഉണ്ടാ ക്കാൻ കഴിയില്ല. ഇതു തുടർന്നുപോയാൽ കുറെനാൾ കഴിയു മ്പോൾ മക്കൾ അവരുടെ ഓരോരോ കാര്യത്തിനും അച്ഛനമ്മ മാരുടെ മുന്നിൽ വ്യവസ്ഥ വയ്ക്കും. അവിടെ ഇന്റിമസി തകരുകയാണ്. അടുപ്പത്തിനു പകരം അകൽച്ചയാണുണ്ടാവുക. ഇൻറിമസിക്കു വേണ്ടി കൊടുത്തുതുടങ്ങിയ കണ്ടീഷണൽ സ്ട്രോക്ക് ഒരു പരിധി വിട്ടാൽ ബൂമറാങ്ങ് പോലെ കൊടുത്തവർക്കുനേരേ തിരിഞ്ഞു വരും.

അപ്പോൾ മക്കൾക്കു സമ്മാനം കൊടുത്തു പ്രോത്സാഹിപ്പി ക്കരുതെന്നാണോ ടീച്ചർ പറയുന്നത്? അതു സോമവല്ലിയുടെ ചോദ്യമായിരുന്നു.

സമ്മാനങ്ങൾ കൊടുത്തു പ്രോത്സാഹിപ്പാക്കാം സോമവല്ലീ. പക്ഷേ, അതു കൊടുക്കുന്നതിനുമുമ്പ് അതിനായിട്ടൊരു വ്യവസ്ഥ വെയ്ക്കാൻ പാടില്ല. എന്തെങ്കിലും നല്ല കാര്യങ്ങൾ ചെയ്തിട്ടുവരു

മ്പോൾ അതിനെ അനുമോദിച്ചു സംസാരിച്ചുകൊണ്ടു പ്രോത്സാഹിപ്പിക്കാം. ഒപ്പം സമ്മാനങ്ങളും കൊടുക്കാം. ഇങ്ങനെയുള്ള അനുമോദനവും സമ്മാനങ്ങൾ നൽകലുമൊന്നും കണ്ടീഷണൽ സ്ട്രോക്ക് അല്ലെന്ന് അറിയുക. അതു തുടരുകയും ചെയ്യാം. എന്നാൽ കണ്ടീഷണൽസ്ട്രോക്ക് തുടർന്നു കൊണ്ടുപോയാൽ അത് അപകടത്തെ ക്ഷണിച്ചു വരുത്തും.

അതെങ്ങനെയാണ് അപകടമുണ്ടാകുന്നത്? സോമവല്ലിക്കു വീണ്ടും സംശയം.

കണ്ടീഷണൽ സ്ട്രോക്ക് തുടർച്ചയായി കൊടുത്തു കാലക്രമത്തിൽ അതു ദുരന്തമായി മാറിയ ഒരു സംഭവം ഞാൻ പറയാം. ഇതു നടന്നിട്ട് കുറെ വർഷങ്ങളായി. ഞാൻ അമ്മയിൽനിന്നാണ് ഈ കഥയുടെ ആരംഭകാലത്തേപ്പറ്റി മനസ്സിലാക്കിയത്.

എന്റെ വീടിനു കുറച്ചകലെയായി ഒരു സ്ത്രീക്ക് കുഞ്ഞുണ്ടായത് വിവാഹിതയായി പതിനഞ്ചു വർഷങ്ങൾക്ക് ശേഷമാണ്. അവർക്ക് പിന്നീട് വേറെ കുട്ടികൾ ഉണ്ടായതുമില്ല. ഒരുകാരണവശാലും കുഞ്ഞിനെ നോവിക്കാതെ, താഴത്തുവച്ചാൽ ഉറുമ്പരിക്കും തലയിൽവച്ചാൽ പേനരിക്കും എന്നു പറഞ്ഞതുപോലെ ആയിരുന്നു അവർ കുഞ്ഞിനെ വളർത്തിയിരുന്നത്. കുഞ്ഞിനു വേണ്ടി എന്തു ദണ്ഡവും സ്വയമേ സഹിക്കാൻപോലും ആ അമ്മ തയ്യാറായിരുന്നു. അവർ കുഞ്ഞിനെ ചോറൂട്ടിയിരുന്നത് മറ്റുള്ളവരേപ്പോലെ കാക്കയേയും പൂച്ചയേയും കാട്ടിയിട്ടായിരുന്നില്ല. കുഞ്ഞ് ആഹാരം കഴിക്കാൻ മടി കാണിക്കുമ്പോഴെല്ലാം ആ അമ്മ പറയും, മോൻ അമ്മേ ഒന്നുനുള്ളിക്കോ എന്നിട്ട് ഈ ഉരുള കഴിക്ക്. ആഹാരം ഇഷ്ടമില്ലാതിരുന്ന സമയത്തും അവൻ അമ്മയ്ക്കുവേണ്ടി ആഹാരം കഴിച്ചു.

അമ്മയ്ക്കുവേണ്ടി ആഹാരം കഴിച്ചെന്നോ?

ആശക്കൊരു സംശയം.

ആശ തന്നെ പറയൂ, കുഞ്ഞെങ്ങനെയാണ് ആഹാരം കഴിച്ചത്? അമ്മയെ നുള്ളുന്നതിനുള്ള അവകാശം നേടിക്കൊണ്ടല്ലേ? അമ്മയെ നുള്ളുന്നതിൽ അവൻ സന്തോഷം കണ്ടെത്തി. താൻ ചോറുണ്ണേണ്ടത് അമ്മയുടെ ആവശ്യമാണെന്ന് അവനു തോന്നിത്തുടങ്ങി. അവൻ ചോറുണ്ണേണ്ടത് അമ്മയുടെ ആവശ്യമായിരുന്നു. അമ്മയുടെ ആവശ്യം നിറവേറ്റാനായി അവൻ അമ്മയ്ക്കു

നൽകിക്കൊണ്ടിരുന്ന നുള്ളുകൾ, ക്രമേണ അവന്റെ ആവശ്യങ്ങൾ നേടുന്നതിനായി പ്രയോഗിച്ചുതുടങ്ങി. ആവശ്യങ്ങളുടെ വലിപ്പമനുസരിച്ച് നുള്ളുകൾ അടിയായും കുറേക്കൂടി വളർന്നപ്പോൾ അതു് ഇടിയായും പിന്നീട് തൊഴിയായും മാറി. ചോറുണ്ണുക എന്ന ജോലി കുഞ്ഞിനെക്കൊണ്ടു ചെയ്യിക്കുന്നതിനായി അമ്മ നൽകിയ തലതിരിഞ്ഞ കണ്ടീഷണൽ സ്ട്രോക്ക് വർഷങ്ങൾക്കകം അപകടകരമായ അവസ്ഥയിലെത്തി. ഒടുവിൽ സഹികെട്ട് കൗമാരക്കാരനായ ഏകമകനെ ഉപേക്ഷിച്ച് അവർ നാടുവിട്ടു. പക്ഷെ അപ്പോഴും അവന്റെ ജീവിതച്ചെലവിനായി വേണ്ടതെല്ലാം ഏർപ്പാടാക്കി മറ്റൊരാളെ ഏൽപ്പിച്ചിട്ടാണ് അവർ പോയത്. പിന്നീടുള്ള കഥയൊന്നും ഞാനിവിടെ പറയുന്നില്ല. ആ മാതാപിതാക്കളുടെ അന്ത്യകാലം ദുരിതപൂർണ്ണമായിരുന്നു.

അവരിപ്പോഴുമുണ്ടോ ടീച്ചർ?

ഇല്ല, ജീവിതത്തിൽ സമാധാനം എന്തെന്നറിയാതെ ഈ അടുത്ത കാലത്തു മരിച്ചു. അവർ ജീവിച്ചിരിക്കുമ്പോൾത്തന്നെ ആ മകൻ രണ്ടുവിവാഹങ്ങൾ ചെയ്തിരുന്നു. അവരുടെ മരണശേഷം മൂന്നാമതും വിവാഹിതനായി എല്ലാം വഴിപിരിഞ്ഞു. ഇപ്പോൾ പല വിവാഹേതര ബന്ധങ്ങളും അടിപിടി വക്കാണവും അല്പമല്ലാത്ത തട്ടിപ്പുമൊക്കെയായി നാടുചുറ്റി വിലസുന്നുണ്ട്. കണ്ടീഷണൽ സ്ട്രോക്ക് എന്താണെന്നും ഭാവിയിൽ അതെന്തെല്ലാം ദുരിതങ്ങളെ ക്ഷണിച്ചുവരുത്തുമെന്നും ഇപ്പോഴെല്ലാവർക്കും മനസ്സിലായല്ലോ? ഒരാളിനു സ്നേഹം കൊടുക്കുമ്പോൾ നമ്മളെന്തെല്ലാം കാര്യങ്ങളാണ് ശ്രദ്ധിക്കേണ്ടത്?

ഓരോരുത്തർക്കും പറയാം.

ആർക്കു കൊടുക്കുന്നുവോ അവരുടെ ആവശ്യം അറിയണം

ശരി ,

സ്നേഹം കൊടുക്കേണ്ട സാഹചര്യം ഏതെല്ലാമാണെന്നറിയണം.

അതും ശരി. എന്നാൽ അതിലും പ്രധാനമായ മറ്റു ചിലതുകൂടിയുണ്ട്.

അതെല്ലാം അടുത്ത ക്ലാസ്സിൽ.

സ്ട്രോക്കുകളുടെ ഭാഷ

ജോലിചെയ്ത് ക്ഷീണിച്ച് അമിതമായ ദാഹത്തോടു കൂടി വരുന്ന ഒരാളിനു കുടിക്കാൻ വെള്ളം കൊടുക്കേണ്ടിവരുന്ന സാഹചര്യത്തിൽ, അതു ചെറിയൊരു ഗ്ലാസ്സിൽ കൊടുത്താൽ പലർക്കും മതിയാകില്ല. വലിയ പാത്രത്തിൽതന്നെ കൊടുക്കേണ്ടിവരും. വേറെ ചിലർക്കാകട്ടെ വെള്ളം കൈക്കുടന്നയിൽ തുടർച്ചയായി വീഴ്ത്തിക്കൊടുത്താൽ മതിയായിരിക്കും. മറ്റു ചിലർക്കാകട്ടെ ഫ്രിഡ്ജിൽ വച്ചു തണുപ്പിച്ച വെള്ളം മതി. എന്നാൽ ചിലർക്കാകട്ടെ തങ്ങളുടെ ദാഹം മാറ്റാൻ മോരിൻ വെള്ളംതന്നെ വേണമെന്നാണ് ആഗ്രഹം. ഇതുപോലൊക്കെയാണ് സ്ട്രോക്ക് ആഗ്രഹിക്കുന്ന ആളുകളുടെ അവസ്ഥയും. ഒരോരുത്തരും ഒരോരോ രൂപത്തിലും മാർഗ്ഗത്തിലൂടെയും, സ്ട്രോക്ക് അഥവാ സ്നേഹപ്രകടനം ലഭിക്കണമെന്ന് ആഗ്രഹിക്കുന്നു. ആയതിനാൽ ആളും തരവും നോക്കി തരാതരംപോലെ സന്ദർഭോചിതമായി സ്ട്രോക്കുകളുടെ വേഷം മാറ്റി മാറ്റി കൊടുത്തു സ്നേഹം പ്രകടിപ്പിക്കുവാൻ നമ്മൾക്കു കഴിയണം. അതു നമ്മൾ ശീലിക്കണം.

അതെങ്ങിനെയാണ് ടീച്ചർ സ്ട്രോക്കുകളെ വേഷം മാറ്റുന്നത്?

ചോദ്യം വീണ്ടും ആശയുടേതായിരുന്നു.

സ്ട്രോക്കുകളിലൂടെ സന്തോഷം ലഭിക്കണമെന്ന് എല്ലാവരും ആഗ്രഹിക്കുന്നുണ്ടെങ്കിലും അവ തങ്ങളിലേക്കെത്തിച്ചേരേണ്ട രീതി അഥവാ വഴി പലരും പല വിധത്തിലാണാണ് ആഗ്രഹിക്കുന്നത്. ഒരാൾ ഇഞ്ചിപക്ഷമാണെങ്കിൽ മറ്റൊരാൾ കൊഞ്ചുപക്ഷം എന്നു പറയുന്നതുപോലെ, വ്യത്യസ്തരായ ആളുകൾ വ്യത്യസ്തമായ രീതിയിൽ തങ്ങൾക്കു സ്ട്രോക്ക് ലഭിക്കണമെന്നാഗ്രഹിക്കുന്നു.

നന്ദിവാക്കുപറഞ്ഞുകൊണ്ടോ സമയം അനുവദിച്ചു കൊണ്ടോ, സേവനം നൽകിയിട്ടോ, സമ്മാനം കൊടുത്തിട്ടോ പുകഴ്ത്തിപ്പറഞ്ഞിട്ടോ, കെട്ടിപ്പിടിച്ചുകൊണ്ടോ ഈ ആഗ്രഹങ്ങൾ നിറവേറ്റിക്കൊടുക്കാവുന്നതാണ്. ആറു രീതിയിൽ അഥവാ ആറു ഭാഷകളിലാണ് സ്ട്രോക്ക് നൽകുന്നത്.

1) ചിലർക്കൊരു നല്ലവാക്ക് അല്ലെങ്കിലൊരു നന്ദിവാക്ക് കേൾക്കുന്നതാണ് ഇഷ്ടം.

2) മറ്റുചിലർക്ക് ദീർഘനേരം അവരോടാരെങ്കിലും സംസാരിച്ചുകൊണ്ടിരിക്കുന്നതായിരിക്കും ഏറെ ഇഷ്ടം.

3) വേറേ ചിലർക്ക് ആരെങ്കിലും സമ്മാനം നൽകുമ്പോഴായിരിക്കും സന്തോഷം.

4) മറ്റു ചിലർക്ക് സമ്മാനത്തേക്കാൾ ഇഷ്ടം പുകഴ്ത്തലിനോടാണ്. അങ്ങനെയുള്ളവർക്ക് പുകഴ്ത്തൽ മാത്രം നൽകുന്നതായിരിക്കും ഉചിതം.

5) ഇനിയൊരു കൂട്ടർ ആഗ്രഹിക്കുന്നത് മറ്റുള്ളവരിൽ നിന്നും സേവനം സഹായമായി കിട്ടുന്നതിനാണ്. അതാണവരുടെ സന്തോഷം. അടുക്കളയിൽ സഹായിക്കുന്ന ഭർത്താവിൽ നിന്നും ഭാര്യക്കു ലഭിക്കുന്നത് അങ്ങനെയുള്ള സ്ട്രോക്കാണ്.

6) സ്പർശനം കൊടുത്തുകൊണ്ടുള്ളതാണ് ഏറ്റവും പ്രധാനപ്പെട്ടതും വിലയേറിയതുമായ സ്ട്രോക്ക്. ഭാര്യാഭർത്താക്കന്മാർ തമ്മിലോ, കൂട്ടുകാർ തമ്മിലോ, മാതാപിതാക്കളും മക്കളുംതമ്മിലോ കണ്ടുമുട്ടുമ്പോൾ പരസ്പരം കൊടുക്കുന്ന ആശ്ലേഷങ്ങൾ ഈ ഇനത്തിൽ പെടും. എന്നാൽ പാശ്ചാത്യരേപ്പോലെ നമ്മൾ ഇത്തരം സ്ട്രോക്കു സർവ്വസാധാരണമായി പ്രയോഗിച്ചുകാണാറില്ല.

'അതെങ്ങനെ ഉപയോഗിക്കും ടീച്ചർ? പാർക്കിലൊന്നു ചേർന്നിരുന്നാൽ അതു ഭാര്യാഭർത്താക്കന്മാരാണെങ്കിൽ പോലും അവിടെയുമെത്തും സദാചാരപ്പോലീസുകാർ. വിവാഹസർട്ടിഫിക്കേറ്റ് കൂടെക്കൊണ്ടുനടക്കേണ്ട ഗതികേടിലാണിന്നു നമ്മൾ'.

ആശ അതു പറയുമ്പോൾ നാരായണൻ ഏറ്റുപിടിച്ചു. 'ഈയിടെ എന്റെ വീടിനടുത്ത് ഒരാൾ ഭാര്യയ്ക്കു സ്പർശന സ്ട്രോക്കു കൊടുക്കാൻ പോയതാ, ഒരു ദിവസം അർദ്ധരാത്രി വരെ പോലീസ്സ്റ്റേഷനിൽ നിൽക്കേണ്ടിവന്നു'. ആകാംഷയോടെ എല്ലാവരുടേയും കണ്ണും കാതും നാരായണനിലേക്ക് നീണ്ടപ്പോൾ

നാരായണന്നു രസംകേറി. അയാൾ പറഞ്ഞുതുടങ്ങി.

ആ വീട്ടിൽ അകെയുള്ളത് ഇരിപ്പുമുറിയും അടുക്കളയും വരാന്തയും ഒരു കിടപ്പുമുറിയും മാത്രമാണ്. അംഗങ്ങളാണെങ്കിൽ അച്ഛനുമമ്മയും മക്കളും ഒരു മകന്റെ ഭാര്യയും ചേർന്ന് ആകെ ഏഴുപേർ. ഈ മകനും ഭാര്യക്കും ചെറിയ ജോലികളുണ്ട്. മകന്റെ ജോലി അകലെ ആയതിനാൽ ശനിയാഴ്ചതോറുമേ അയാൾ വീട്ടിലെത്താറുള്ളു. വരുന്ന വഴിയിൽ ഭാര്യയുടെ ജോലിസ്ഥലത്തിനടുത്തുള്ള പാർക്കിൽ കയറും. അപ്പോഴേക്കും ഭാര്യയും അവിടെയെത്തിയിട്ടുണ്ടാകും. വീട്ടിലെ സൗകര്യക്കുറവിൽ ശ്വാസംമുട്ടുന്ന അവർക്ക് ആകെ കിട്ടുന്ന സ്വകാര്യനിമിഷങ്ങളാണ് ആ പാർക്കിൽ ചെലവഴിക്കുന്ന സമയം. ഇരുൾ പരക്കുന്നതോടുകൂടി വീടിനടുത്തുകൂടി പോകുന്ന ബസ്സിൽ കയറി അവർ വീട്ടിലേക്കു മടങ്ങും. ഇതാണവരുടെ ആകെയുള്ള ആഘോഷം. ശനിയാഴ്ചകളിലെ സംഗമസന്ധ്യകൾ സ്ഥിരമായി ശ്രദ്ധിച്ചുകൊണ്ടിരുന്ന ഏതോ സദാചാരരോഗിയുടെ ഇന്റലിജൻസ് റിപ്പോർട്ടുപ്രകാരം ഒരു ദിവസം സന്ധ്യകഴിഞ്ഞ നേരത്ത് ഇവർ രണ്ടുപേരും അടുത്തുള്ള പോലീസ് സ്റ്റേഷനിലേക്ക് ആനയിക്കപ്പെട്ടു. അവർ ഭാര്യാഭർത്താക്കൻമാരാണെന്നു സാക്ഷ്യം പറയാൻ ആരുമില്ലാത്തതിനാൽ സ്റ്റേഷനിൽ വിഷമിച്ചു നിൽക്കുകയാണ്.

രാവേറെ ചെന്നിട്ടും മകനും ഭാര്യയും വീട്ടിൽ എത്താതിരുന്നതിനാൽ ഈ സമയത്ത് അച്ഛനും മറ്റൊരു സഹോദരനും കൂടി തിരക്കിയിറങ്ങി. അതിന്റെ ഭാഗമായി അവർ പോലീസ് സ്റ്റേഷനിലും എത്തി. പിന്നുണ്ടായ നാണക്കേടിന്റെ കാര്യം പറയാനുണ്ടോ?

ഈ സഭവം ഞാനും അറിഞ്ഞതാണു നാരായണേട്ടാ. അതവിടെ നിൽക്കട്ടെ. ഇവിടെ നമ്മൾ ഓർക്കേണ്ട ഒരു കാര്യമുണ്ട്. സ്ട്രോക്കുകൾ ആഗ്രഹിക്കാത്തവരായി ആരും കാണില്ല, പ്രത്യേകിച്ച് സ്പർശനത്തിലൂടെയുള്ള സ്ട്രോക്കുകൾ. അതു തന്നെയാണ് ഏറ്റവും പ്രധാനപ്പെട്ട സ്ട്രോക്കെങ്കിലും മറ്റു പല സ്ട്രോക്കുകളേപ്പറ്റിയും അറിയേണ്ടിയിരിക്കുന്നു.

ൊ

സ്ട്രോക്കുകളുടെ രൂപാന്തരങ്ങൾ

സെൽഫ് സ്ട്രോക്കിനേപ്പറ്റി മുൻപ് ഒരു ക്ലാസ്സിൽ പരിമിതമായി വിവരിച്ചപ്പോൾ, ഏകാന്തതയിൽ വിരൽ ചപ്പുന്ന കുട്ടിയേയും എന്റെ സാരി കൊള്ളാമോ എന്ന് മറ്റുള്ളവരോടു ചോദിക്കുന്ന സ്ത്രീയേയും മിണ്ടാതെ പോകുന്ന പരിചയക്കാരനോട് എന്താഹേ മിണ്ടാതെ പോകുന്നതെന്നു ചോദിക്കുന്ന കാൽനടക്കാരനേയും കാട്ടിത്തന്നിരുന്നു. അവരെല്ലാം തങ്ങളുടെ പ്രവൃത്തിയിലൂടെ സെൽഫ് സ്ട്രോക്ക് കണ്ടെത്തുകയായിരുന്നു. നമുക്ക് ആഹാരം തരാൻ ആരുമില്ലെന്നിരിക്കട്ടെ. വിശക്കുമ്പോൾ എങ്ങനെയെങ്കിലും ആഹാരത്തിനുള്ള വക കണ്ടെത്തേണ്ടേ, അതിനു വേണ്ടി പരിശ്രമിക്കേണ്ടേ? ഇതുപോലെതന്നെയാണ് നമുക്കു സ്ട്രോക്കു നൽകാൻ ആരുമില്ലെങ്കിൽ നമ്മളതു സ്വയം കണ്ടെത്തുന്നതും. വീട്ടിൽ ഒറ്റക്കിരുന്നു കളിക്കുന്ന ചില കൊച്ചുകുട്ടികളെ കണ്ടിട്ടില്ലേ, അവർ തനിയേ സംസാരിച്ചുകൊണ്ടാണ് കളിക്കുന്നത്. ഒറ്റക്കാണു കളിക്കുന്നതെങ്കിലും എതിർടീമിനു വേണ്ടി അവർ കളിക്കുകയും സംസാരിക്കുകയും ചെയ്യും. അതിലൂടെ അവർ നേടുന്നതും സെൽഫ് സ്ട്രോക്കാണ്.

ഏതെങ്കിലും വിധത്തിലുള്ള സ്ട്രോക്കു ലഭിക്കാതെ മനുഷ്യനു ജീവിക്കാനാവില്ല. അതിനു വേണ്ടി അവർ പക്ഷികളോടും മൃഗങ്ങളോടുംവരെ സംസാരിച്ചെന്നിരിക്കും.

ശ്ശോ! നേരാണോ ടീച്ചർ, ആശ ഒരു ദീർഘശ്വാസം വിട്ടുകൊണ്ടു ചോദിച്ചു.

അതേ, എന്തുപറ്റി ആശേ?

എന്തുപറയാനാ ടീച്ചറേ, ഞാനാ വല്യമ്മക്കു വട്ടാണെന്നാണു വിചാരിച്ചത്.

ആശ ഏതു വല്യമ്മയുടെ കാര്യമാണു പറയുന്നത്?

എന്റെ അയൽവക്കത്ത് ഒരു വല്യമ്മ ഉണ്ടായിരുന്നു, കുഞ്ഞിയമ്മ. അവർ ഈയിടെ മരിച്ചു. അവരുടെ രണ്ടു മക്കളും ചെറുപ്പത്തിലേ മരിച്ചുപോയിരുന്നുവെന്നും ഭർത്താവ് അവരെ ഉപേക്ഷിച്ചതാണെന്നും മറ്റും അമ്മ പറഞ്ഞുള്ള അറിവുകളാണ്. എനിക്കോർമ്മവച്ച നാൾമുതൽ അവർ ഒറ്റയ്ക്കായിരുന്നു താമസം. പക്ഷേ, മിക്കവാറും സമയങ്ങളിൽ ആരോടോ സംസാരിക്കുന്നതു കേൾക്കാമായിരുന്നു.

'എവിടായിരുന്നിത്രയും നേരം?

വയറു കായുമ്പം കേറി വന്നോളും. ങ,വാ,വന്നുകഴിയ്ക്ക്. എന്നിട്ട് നാടു തെണ്ടാൻ വീണ്ടും പൊക്കോ'.

ആദ്യമൊക്കെ ഇങ്ങനെയുള്ള സംസാരം കേൾക്കുമ്പോൾ, ഒറ്റയ്ക്കു താമസിക്കുന്ന വല്യമ്മയുടെ വീട്ടിൽ ആരാണു വന്നതെന്നറിയാൻ ഞങ്ങൾ കുട്ടികൾ പറമ്പിലെ വേലിക്കരുകിൽ ചെന്ന് എത്തിനോക്കാറുണ്ടായിരുന്നു. സംസാരം അവിടത്തെ പട്ടിയോടും പൂച്ചയോടും കോഴിയോടുമൊക്കെയാണെന്നറിയുന്നത് അപ്പോഴാണ്. അന്നവർക്കു വട്ടാണെന്നാണു വിചാരിച്ചത്. ഇന്നോർക്കുമ്പോൾ കഷ്ടമായിപ്പോയെന്നു തോന്നുന്നു.

അതു സാരമില്ല ആശേ,

അന്ന് സെൽഫ് സ്ട്രോക്കിനെപ്പറ്റി ആശക്കറിവില്ലായിരുന്നല്ലോ. ഒറ്റയ്ക്കു താമസിച്ചിരുന്ന അവർ പട്ടിയോടും കോഴിയോടുമെല്ലാം സംസാരിച്ച് സെൽഫ് സ്ട്രോക്ക് നേടുകയായിരുന്നു. ഇനിയുമുണ്ട് സെൽഫ് സ്ട്രോക്കുകൾ. നിങ്ങളുടെ അടുക്കളയിൽ അതിനുള്ള സാദ്ധ്യതയുണ്ട്.

ങേ! അടുക്കളയിൽ സെൽഫ് സ്ട്രോക്കോ? അതെന്താണു ടീച്ചർ?

പറയാം, വളരെ ശ്രദ്ധയോടെ പ്രയത്നിച്ച് പാചകം പൂർത്തിയാക്കിക്കഴിയുമ്പോൾ അതിന്റെ രുചി എങ്ങനെയുണ്ടെന്നു നിങ്ങൾ നോക്കാറില്ലേ? അങ്ങനെ രുചിക്കുമ്പോൾ ആ രുചി നാക്കുമാത്രം അറിഞ്ഞാൽമതിയോ? പോരാ. നിങ്ങളത് നിങ്ങളോടുതന്നെ വിളിച്ചുപറയണം.

അതെങ്ങനെയാണു ടീച്ചർ?

അതിനൊറ്റമാർഗ്ഗമേയുള്ളു. രുചിച്ചു നോക്കിയിട്ടു, ങാഹാ,

കൊള്ളാലോ, സൂപ്പർ, ഉഗ്രൻ എന്നെല്ലാം സ്വയം പറയണം. അപ്പോൾ കിട്ടുന്ന ഒരനുഭവമുണ്ടല്ലോ, അതു സംതൃപ്തിയുടേയും ആത്മ വിശ്വാസത്തിന്റേതുമാണ്. ഇതും സെൽഫ് സ്ട്രോക്കു നേടാനു ള്ളൊരു മാർഗ്ഗമാണ്.

ടീച്ചർ അല്പമൊന്നു നിറുത്തിയപ്പോൾ ഓരോരുത്തരും ആലോചനയിലായി.

അങ്ങനെ സ്വയം പുകഴ്ത്തുന്നത് അഹംഭാവം കൊണ്ടല്ലേ? ആശക്ക് ആകെയൊരു കൺഫ്യൂഷൻ.

എന്താണിങ്ങനെ ഒരു ചോദ്യം ആരിൽനിന്നും വരാത്തതെന്ന് ഞാനാലോചിക്കുകയായിരുന്നു. ആശ ഇതു ചോദിച്ചത് നന്നായി. സ്ട്രോക്കു കൊടുക്കുന്നതിലും വാങ്ങുന്നതിലും ഇങ്ങനെ ചില തെറ്റായ ധാരണകൾ പാരമ്പര്യമായി നമുക്കു കിട്ടിയിട്ടുണ്ട്. ഏതാനും ക്ലാസുകൾകൂടി കഴിഞ്ഞ് അതിനേപ്പറ്റി വിശദമായി പറയു ന്നതായിരിക്കും. അതിനു മുമ്പായി സെൽഫ് സ്ട്രോക്കുകളേപ്പറ്റി കുറേക്കൂടി അറിയേണ്ടിയിരിക്കുന്നു.

എപ്പോഴാണ് സെൽഫ് സ്ട്രോക്കിന്റെ ആവശ്യം ഉണ്ടാ കുന്നത്? മറ്റുള്ളവരിൽ നിന്നും സ്ട്രോക്കൊന്നും കിട്ടാതെ വരുമ്പോ ഴല്ലേ?

സ്ട്രോക്ക് ലഭിച്ചില്ലെങ്കിൽ എന്താണുകുഴപ്പമെന്നായിരിക്കും നിങ്ങളിപ്പോൾ ആലോചിക്കുന്നത്. നെഗറ്റീവോ പോസിറ്റീവോ ആയ സ്ട്രോക്കുകളുടെ അഥവാ അനുഭവങ്ങളുടെ ഉത്തേജനമി ല്ലെങ്കിൽ ജീവിതമില്ല. നിങ്ങൾ ചിലയാളുകളെ കണ്ടിട്ടില്ലേ, അവർക്ക് പുറമേനിന്ന് യാതൊരു സന്തോഷാനുഭവങ്ങളും കിട്ടുന്നില്ല. അതുമാത്രമല്ല, സന്തോഷത്തിന്റെ സെൽഫ് സ്ട്രോക്കുണ്ടാക്കാ നുള്ള സാഹചര്യവും അവർക്കില്ല. എങ്കിലും, അവർക്കു ജീവിതം ചലനാത്മകമാക്കണം. അതിനു വേണ്ടി പോസിറ്റീവില്ലെങ്കിൽ നെഗറ്റീവ് സ്ട്രോക്കെങ്കിലും കിട്ടണമെന്നുള്ള ആഗ്രഹത്തോടു കൂടി അവർ പ്രവൃത്തിക്കും. അതിനായിട്ടവർ എന്താണു ചെയ്യുക എന്നറിയാമോ?

തമ്മിൽ തല്ലും, ഇല്ലേ ടീച്ചർ?

നാരായണേട്ടാ നിങ്ങൾ തമാശയായി പറഞ്ഞതായിരിക്കു മെന്നു ഞാൻ കരുതുന്നു. എങ്കിലും പറഞ്ഞതിൽ കാര്യമുണ്ട്.

അതെന്താ ടീച്ചർ?

കറക്ക് പോയന്റല്ലേ നിങ്ങൾ പറഞ്ഞത്. ചില നാടോടിക്കൂട്ട ങ്ങൾ വൈകിട്ടുണ്ടാക്കുന്ന ബഹളങ്ങളും കള്ളുകുടിയും അതിന്റെ അവസാനമുണ്ടാകുന്ന കൂട്ടത്തല്ലുകളുമെല്ലാം നിങ്ങൾ കണ്ടിട്ടി ല്ലേ? ഇതൊരർത്ഥത്തിൽ സ്ട്രോക്കു തേടലാണ്, നെഗറ്റീവ് സ്ട്രോ ക്കാണെന്നു മാത്രം. ജീവിതത്തിൽ ഒരു സന്തോഷവും കിട്ടാത്ത ചിലരുണ്ട്. കൊള്ളരുതായ്മകൾ മാത്രമാണവരുടെ കൈമുതൽ. ദിവസവും ആരുടെയെങ്കിലും വഴക്കു കേട്ടില്ലെങ്കിൽ അവർക്കു റക്കം വരില്ല. അവരുടെ പല ദിവസങ്ങളും അവസാനിക്കുന്നത് ഏതെങ്കിലും വഴക്കുകളിലായിരിക്കും. അതും ഒരുതരത്തിലുള്ള സ്ട്രോക്കു തേടലാണ്.

ടീച്ചർ പറഞ്ഞതു വളരെ ശരിയാണ്, ഇന്ദിര പറഞ്ഞു തുടങ്ങി.

എന്റെ അയൽപക്കത്തെ ചേട്ടനും ചേച്ചിയും പണിയെല്ലാം കഴിഞ്ഞു വൈകിട്ട് എത്തിയാൽപിന്നെ ഒന്നും രണ്ടും പറഞ്ഞു തുടങ്ങും. മെല്ലെ മെല്ലെ ആയിരിക്കും പറഞ്ഞുതുടങ്ങുക. കുറച്ചു കഴിയുമ്പോൾ എന്തെങ്കിലും പറഞ്ഞ് ആ ചേച്ചി ചേട്ടനെ പ്രകോപി പ്പിക്കും. അപ്പോൾ സംസാരവും ചീത്തവിളിയും ഉച്ചത്തിലാകും. പിന്നെ പടപടാ അടിയുടെ ശബ്ദവും കരച്ചിലും കേൾക്കാം. അതോ ടുകൂടി അന്നത്തെ കലാപരിപാടിക്ക് തിരശീല വീഴും.

ഇന്ദിര പറഞ്ഞതുപോലുള്ള പല വീടുകളുമുണ്ട്. കൂടെയുള്ള ആളിനെ പ്രകോപിപ്പിച്ച് രണ്ടു തല്ലു വാങ്ങിയിട്ടുറങ്ങുന്നവരെ അവിടെ കാണാം. അതിനവരെ കുറ്റംപറഞ്ഞിട്ടു കാര്യമില്ല. ജീവന്റെ നിലനിൽപ്പുതന്നെ നമുക്കു സ്ട്രോക്കുകളിലൂടെ ലഭിക്കുന്ന ഉത്തേജനവും തുടർന്നുള്ള പ്രതികരണവും മൂലമാണ്. ഇവരെല്ലാം ഉണ്ടാക്കിയെടുക്കുന്നതു് നെഗറ്റീവ് സെൽഫ് സ്ട്രോക്കുകളാണെ ന്നുമാത്രം. നമുക്കു വീണ്ടും പോസിറ്റീവ് സെൽഫ് സ്ട്രോക്കി ലേക്കു വരാം.

ടീച്ചറേ,അതിനു മുമ്പൊരു സംശയം.

പാചകത്തിലൂടെ സെൽഫ് സ്ട്രോക്ക് കിട്ടുമെങ്കിൽ, ഹോട്ടലിലെ പാചകക്കാർ ഏതുനേരവും സെൽഫ് സ്ട്രോക്കിന്റെ പെരുമഴ യിൽ മുങ്ങി എപ്പോഴും സന്തോഷത്തിലായിരിക്കുമല്ലോ?

ഇതൊരു കുനഷ്ടു ചോദ്യം പോലെ തോന്നുമെങ്കിലും ഉത്തരം പറയാം. ഹോട്ടലിലെ പാചകക്കാരൻ ജീവിതസാഹചര്യങ്ങളുടെ സമ്മർദ്ദത്താൽ അയാളുടേയും വീട്ടിലുള്ളവരുടേയും ഉപജീവന ത്തിനുവേണ്ടി പാചകജോലി ചെയ്യാൻ നിർബ്ബന്ധിതനായതാണ്.

ഡാൻസിംഗ്, ഡ്രായിംഗ്, പെയിന്റിംഗ്, കുക്കിംഗ് മുതലായവ പരപ്രേരണയില്ലാതെ പഠിച്ച് അതൊരു വിനോദമായി (Hobby) കണ്ടുകൊണ്ട് പ്രവർത്തിക്കുമ്പോഴാണ് സെൽഫ് സ്ട്രോക്ക് നമ്മിലേക്കു കുടിയേറുന്നതു്. കുക്കിംഗ് ഹോബിയായി കണ്ടെത്തിയാൽ കിട്ടുന്നതു് ഡബിൾ സ്ട്രോക്കാണ്.

അതെങ്ങനെയാണ് ടീച്ചർ ഡബിൾസ്ട്രോക്കാകുന്നത്?

പറയാം, നിങ്ങൾ പാകംചെയ്ത ആഹാരം മറ്റുള്ളവർക്കു വിളമ്പിക്കൊടുത്ത് കഴിച്ചുകഴിയുമ്പോൾ അവർ നൽകുന്ന പ്രശംസകൾ നിങ്ങൾക്കു ലഭിക്കുന്ന സന്തോഷത്തിന്റെ പോസിറ്റീവ് സ്ട്രോക്കുകളാണ്. നേരത്തേ ആഹാരം രുചിച്ചുനോക്കിയിട്ട്, ങാഹാ, കൊള്ളാലോ എന്നുപറഞ്ഞപ്പോൾ നിങ്ങൾക്കു കിട്ടിയതും സെൽഫ് സ്ട്രോക്കാണ്. ഇവ രണ്ടുംകൂടി ചേർന്നാൽ ഡബിൾസ്ട്രോക്ക് ആകില്ലേ?

ടീച്ചറെ ഒരു സംശയംകൂടി. ഡാൻസു ചെയ്യുമ്പോൾ സെൽഫ് സ്ട്രോക്കു കിട്ടുമെന്നു ടീച്ചർ പറയുന്നു. പക്ഷേ, ഇപ്പോൾ കുട്ടികൾ ഡാൻസും മറ്റും പഠിക്കുന്നത് ഗ്രേസ്സ് മാർക്കു കിട്ടാൻ വേണ്ടിയല്ലേ? അവിടെയെന്തു സെൽഫ് സ്ട്രോക്ക്.

വളരെ ഗൗരവമായിട്ടെടുക്കേണ്ട ഒരു ചോദ്യമാണിത്. ഇന്നത്തെ പല കുട്ടികളും വീട്ടിൽനിന്നു സ്ട്രോക്കുകൾ ലഭിക്കാനുള്ള അവസരങ്ങൾ ഇല്ലാതെയാണ് വളർന്നുവരുന്നത്. അവർക്ക് പഠിത്തം മാത്രമേയുള്ളൂ. അതിനുതന്നെ സമയം തികയുന്നില്ല എന്നാണു പറയുന്നത്. വേണ്ടപ്പെട്ടവരിൽ നിന്നും ആകെ അവർക്ക് ലഭിക്കുന്ന അനുഭവമെന്നു പറയുന്നത് പഠിച്ച് നല്ലമാർക്ക് വാങ്ങി ജയിക്കണമെന്ന ഉപദേശംമാത്രം. പിന്നെ ജോലിനേടി പണം സമ്പാദിച്ച് ആർഭാടജീവിതം നയിക്കണം. അതിനു പണം തികഞ്ഞില്ലെങ്കിൽ കടം വാങ്ങിയെങ്കിലും ആഘോഷിക്കണം. കടത്തിൽ മുങ്ങിക്കഴിഞ്ഞ് ആത്മഹത്യ ചെയ്യേണ്ടിവന്നാലും കുഴപ്പമില്ലെന്ന രീതിയിലാണ് ഇന്നു കാര്യങ്ങളുടെ പോക്ക്. സമ്പന്നതയുടെ കൊടുമുടിയിൽ വാഴുമ്പോഴും ഉറ്റവരിൽനിന്നുള്ള സ്ട്രോക്കിനായി ദാഹിച്ചുവലഞ്ഞ് ഒടുവിൽ ആത്മഹത്യയിൽ അഭയം കണ്ടെത്തുന്നവരുണ്ട്. ഇതുപോലെയുള്ള പലരുടെയും ചരിത്രം നമ്മുടെ മുന്നിലുണ്ട്. അക്കൂട്ടത്തിൽ സമ്പൽസമൃദ്ധിയിൽ വാണിരുന്ന സിനിമാതാരങ്ങൾ ഉൾപ്പെടെയുള്ള പല പ്രശസ്തരുമുണ്ട്. വീട്ടുകാരിൽനിന്നോ നാട്ടുകാരിൽനിന്നോ ഒട്ടും സ്ട്രോക്കു ലഭിക്കാത്തവരാണ് ഈ

ആത്മഹത്യാകൂട്ടങ്ങൾ. അഭ്യസ്തവിദ്യർ ഏറെയുണ്ടെന്നഭിമാനിക്കുന്ന നമ്മുടെ കേരളത്തിലാണ് ഏറ്റവും കൂടുതൽ ആത്മഹത്യകൾ നടക്കുന്നത്.

ഇവിടെ സ്കൂൾക്കുട്ടികൾ മാത്രം ഏതാണ്ട് മുന്നൂറോളം പേർ പ്രതിവർഷം ആത്മഹത്യ ചെയ്യുന്നുണ്ടെന്നാണ് സ്ഥിതിവിവരക്കണക്കുകൾ ഉദ്ധരിച്ചുകൊണ്ട് പത്രങ്ങൾ പറയുന്നത്. മറ്റുള്ളവരിൽ നിന്നും സ്ട്രോക്കുകൾ യാതൊന്നും ലഭിക്കാതെ വരുമ്പോൾ അതിനുള്ള പ്രതിവിധിയാണ് സെൽഫ്സ്ട്രോക്ക്. അതിനുവേണ്ടിയായിരിക്കണം ഹോബികൾ കണ്ടെത്തേണ്ടത്.

'ഇന്നു സ്കൂളിൽ പോകുന്ന ഏതു കുട്ടിക്കാണ് ടീച്ചറേ ഹോബി കണ്ടെത്താൻ സമയം'.ആശ തന്റെ ആശങ്ക പങ്കുവെച്ചു. 'ഗ്രേസ്സ് മാർക്ക് കിട്ടാൻവേണ്ടി ഏതെങ്കിലുമൊരു കൂത്ത് പഠിക്കാൻ പറഞ്ഞുവിടും. സ്ക്കൂളിലെ പഠിത്തം കഴിയുന്നതോടുകൂടി ആ കൂത്തു പഠിത്തവും നിർത്തും, അത്രതന്നെ'

കുട്ടികൾക്ക് ഹോബി കണ്ടെത്തിക്കൊടുക്കൽ

ആശേ, ഞാൻ ആ പോയന്റിലേക്കു വരികയാണ്. ഇവിടെ അച്ഛനമ്മമാർ പലരും ചില ലക്ഷ്യം വച്ചുകൊണ്ട് കുട്ടികൾക്കു ഹോബി ഉണ്ടാക്കിക്കൊടുക്കുകയാണു ചെയ്യുന്നതു്. കുട്ടികൾ തനിച്ചു ഹോബി കണ്ടെത്തുന്നതു് അപൂർവ്വമാണ്. 'മോളേ നീ ഡാൻസ് പഠിച്ചാൽമതി. പെൺകുട്ടികൾക്ക് ഡാൻസാ നല്ലത്. ഒഡീസി, കഥക് ഇവയിലേതെങ്കിലുമൊന്നു മതി. അതാകുമ്പോൾ ഒരുപാടുപേരൊന്നും മത്സരിക്കാൻ കാണില്ല. കാശെത്ര വേണേലും ഞങ്ങൾ മുടക്കിക്കോളാം. 'എ'ഗ്രേഡെങ്കിലും വാങ്ങണം. ഗ്രേസ്സ്മാർക്കുള്ളതാ. അതുകിട്ടിയാൽ ഹയർ സ്റ്റഡീസിനുള്ള അഡ്മിഷൻ എളുപ്പമാകും. ഇങ്ങനെയൊക്കെ ആയിരിക്കും മാതാപിതാക്കൾ മകളോടു പറയുന്നത്. മകനോടാണെങ്കിൽ, 'മോനേ, നീ വല്ല ചാക്യാർ കൂത്തോ മറ്റോ പഠിച്ചാൽ മതി' എന്നായിരിക്കും പറയുന്നത്. ഒരു മലയാള വാചകംപോലും തട്ടുംമുട്ടുമില്ലാതെ പറയാൻ കഴിയാത്ത, ഒരുകാര്യവും സരസമായി പറഞ്ഞുഫലിപ്പിക്കാൻ കഴിയാത്ത മകനെയാണ് ചാക്യാർകൂത്തു പഠിക്കാൻ പറഞ്ഞുവിടുന്നത്. ഇതാണ് ഹോബി ഉണ്ടാക്കിക്കൊടുക്കലിന്റെ ഇന്നത്തെ രീതി.

അമ്മയും അച്ഛനും പറഞ്ഞതനുസരിച്ച്, അവരെ തൃപ്തിപ്പെടുത്താൻ വേണ്ടി കഥക് പഠിച്ച കുട്ടി എങ്ങനെയൊക്കെയോ ഒപ്പിച്ചു

കുട്ടി. അരങ്ങേറ്റം കണ്ടപ്പോൾ അച്ഛനമ്മമാർക്കു സന്തോഷമായി. പക്ഷേ കുട്ടിക്കോ, അതിനു സന്തോഷം കിട്ടുമോ?

കുട്ടിക്കു സന്തോഷം കിട്ടില്ലേ ടീച്ചർ? കല്യാണിക്കൊരു സംശയം.

അച്ഛനമ്മമാരുടെ നിർബ്ബന്ധത്താൽ കുട്ടി ഡാൻസ് പഠിച്ചതു് ഗ്രേസ് മാർക്കിനു വേണ്ടിയല്ലേ കല്യാണീ? സർക്കസ് കൂടാരത്തിലെ മൃഗങ്ങൾ അഭ്യാസം കാണിക്കുന്നത് റിംഗ് മാസ്റ്ററുടെ അടി പേടിച്ചിട്ടാണ്. അവയ്ക്ക് അഭ്യാസത്തിൽനിന്ന് എന്തെങ്കിലും സന്തോഷം കിട്ടുമോ? കിട്ടുന്നതു ഭയത്തിന്റെ നെഗറ്റീവ് സ്ടോക്ക് മാത്രമാണ്. ഇതുപോലെ ആയിരിക്കും ഗ്രേസ് മാർക്കിനുവേണ്ടി മാത്രം കഥക് പഠിച്ച ഈ കുട്ടിയുടെ അവസ്ഥയും. അതുകൊണ്ട് കുട്ടികളെ വെറുതേ വിടുക. ആറുവയസ്സിനുള്ളിൽ കുട്ടികളിൽ ഓരോരോ താൽപ്പര്യങ്ങൾ ഉണർന്നു വരും. ഒരേസമയംതന്നെ അവർക്ക് പല ഹോബികളിലും താൽപര്യം കണ്ടേക്കാം. പക്ഷേ, വളർന്നു വരുംതോറും ഏറ്റവും നന്നായി ഇഷ്ടപ്പെടുന്ന ഇനം ഏതാണോ അതിൽ അവർ ഉറച്ചു നിൽക്കും. അപൂർവ്വം ചിലർക്ക് ഒന്നിലേറെ ഹോബികളിൽ തീവ്രമായ അഭിരുചി കണ്ടേക്കാം. ചെറുപ്പത്തിൽ ചില കുട്ടികൾ ഒരുപക്ഷേ വലിയ ബഹളം കാണിക്കുന്നവരായിരിക്കാം വെള്ളത്തിലിറങ്ങി നിന്ന് തുള്ളിച്ചാടുന്നവരോ, മഴയിൽ കുതിർന്നുനിന്നു രസിക്കുന്നവരോ അല്ലെങ്കിൽ പാട്ടിനൊത്തു ബഹളംവെച്ചു തുള്ളുന്നവരോ ആയിരിക്കാം. ചിലർ കാണുന്ന സ്ഥലത്തെല്ലാം എഴുതുന്നവരോ വരയ്ക്കുന്നവരോ ആയിരിക്കാം. അതൊന്നുമല്ലെങ്കിൽ മണ്ണു കുഴച്ച് ഏതെങ്കിലും രൂപം ഉണ്ടാക്കി കളിക്കുന്നവരായിരിക്കാം. വീട്ടിലെ മുതിർന്നവരുടെ ശബ്ദവും ഭാവവും വേഷവും അനുകരിക്കുന്നവരും കാണും. അതെന്തുമായിക്കൊള്ളട്ടെ, അപകടമില്ലാത്തതും നന്മയുടെ അംശങ്ങൾ ഉള്ളതുമായ ഹോബികളാണെങ്കിൽ അവയെ പ്രോത്സാഹിപ്പിക്കാം. അതവരുടെ സന്തോഷം ഇരട്ടിപ്പിക്കും. എന്നാൽ ഈ പ്രോത്സാഹനം ഒരു നൂൽപ്പാല നടത്തംപോലുള്ള ഞാണിന്മേൽ കളിയാണ്. സൂക്ഷിച്ചു കൈകാര്യം ചെയ്തില്ലെങ്കിൽ അപകടമാണ്. വിപരീതഫലമാണുണ്ടാവുക.

കുട്ടികളെ പ്രോത്സാഹിപ്പിക്കുന്നത് എങ്ങനെയാണു ടീച്ചർ ഞാണിൻമേൽ കളിയാകുന്നത്? കല്യാണിക്കൊരു സംശയം.

അതിനേപ്പറ്റി അടുത്ത ക്ലാസ്സിൽ പറയുന്നതായിരിക്കും. മറ്റെന്തെങ്കിലും സംശയമുണ്ടെങ്കിൽ ഇപ്പോൾ ചോദിക്കാം.

സെൽഫ് സ്ട്രോക്കും സെൽഫി എടുക്കലുമായി എന്തെങ്കിലും ബന്ധം ഉണ്ടോ ടീച്ചർ?

അങ്ങാടിയും എട്ടങ്ങാടിയും തമ്മിൽ എന്താണ് ബന്ധം എന്ന് ചോദിക്കും പോലെയാണ് കല്യാണിയുടെ ഈ ചോദ്യം.

'എങ്കിൽ ആദ്യം അങ്ങാടിയും എട്ടങ്ങാടിയും എന്താണെന്നു പറയൂ ടീച്ചർ' കല്യാണി വിടുന്ന ലക്ഷണമില്ല.

എട്ടങ്ങാടി

അങ്ങാടിയെന്നാൽ എല്ലാവർക്കും അറിയാം, ഏറെ കച്ചവട സ്ഥാപനങ്ങൾ കേന്ദ്രീകരിച്ചിരിക്കുന്ന ഒരു തെരുവാണത്. എട്ടങ്ങാടി എന്നാലോ അതൊരു ആഹാരമാണ്. കന്യകമാർ ഉത്തമരായ ഭർത്താക്കൻമാരെ ലഭിക്കാനും സുമംഗലികൾ ദീർഘമംഗല്യത്തിനു വേണ്ടിയും ധനുമാസത്തിലെ തിരുവാതിരനാളിൽ അനുഷ്ഠിക്കുന്ന വ്യതത്തോടനുബന്ധിച്ച് വീട്ടിൽ ഉണ്ടാക്കുന്ന ഒരു വിഭവമാണ് എട്ടങ്ങാടി. ചീനി, ചേന, ചേമ്പ്, കാച്ചിൽ, നേന്ത്രക്കായ്, കൂർക്ക, മത്തങ്ങ, വൻപയർ എന്നീ എട്ട് ഇനങ്ങൾ വേവിച്ച് കുഴച്ചെടുക്കുന്ന ഇതിനെ തിരുവാതിരപ്പുഴുക്കെന്നോ എട്ടങ്ങാടി പുഴുക്കെന്നോ പറയും.

സെൽഫിയും സെൽഫ്സ്ട്രോക്കും

ഇനിയും നമുക്ക് സെൽഫിയെപ്പറ്റിയും സെൽഫ് സ്ട്രോക്കിനെപ്പറ്റിയും പറയാം. നമ്മുടെ ഗുണമേന്മകൾ നമുക്കു ബോധ്യപ്പെടുമ്പോഴാണ്, ങാഹാ! കൊള്ളാലോ ഞാൻ, എന്നൊരു തോന്നൽ ഉണ്ടാകുന്നത്. ആ ഒരു തോന്നലിനെ അല്ലെങ്കിൽ ഞാനെന്ന ഭാവത്തിനെ വിറ്റഴിച്ചു സ്വന്തം ഇമേജ് വർദ്ധിപ്പിക്കുക എന്ന ഉദ്ദേശമാണ് മൊബൈലിൽ സെൽഫി എടുത്ത് സോഷ്യൽ മീഡിയകളിൽ പ്രദർശിപ്പിക്കുന്നതിന്റെ പിന്നിലുള്ള ലക്ഷ്യം. അപകടകരമായ സ്ഥലത്തും സാഹചര്യത്തിലും ഉൾപ്പെട്ടു നിൽക്കുന്നതിന്റെ ദൃശ്യം സ്വന്തം ഫോണിൽ പകർത്തി സാമൂഹ്യമാധ്യമങ്ങൾവഴി പ്രചരിപ്പിക്കുന്നവരുടെ മാനസികാവസ്ഥയെ 'സൂയിസൈഡ് സെൽഫി സിൻഡ്രോം' എന്ന് പറയാം. ഇത് പകർച്ചവ്യാധിപോലെയാണ് ഇന്ന് ജനങ്ങൾക്കിടയിൽ പടരുന്നത്, പ്രത്യേകിച്ച് ചെറുപ്പക്കാരുടെ ഇടയിൽ. സ്വയം പ്രദർശനത്തിലൂടെ ഒരോരുത്തരും അവനവനിലേക്കു ചുരുങ്ങി സ്വാർത്ഥതയുടെ മൂർത്തീഭാവം കൈവരിക്കുന്നതിലേക്കായിരിക്കും ഈ സെൽഫിഭ്രാന്ത്

കൊണ്ടെത്തിക്കുന്നത്.

രണ്ടായിരത്തി പതിനാലാമാണ്ട് 'സെൽഫി വർഷ'മായി ആചരിച്ചിരുന്നു. നിർഭാഗ്യമെന്നു പറയട്ടെ അതേവർഷം അപകടകരമായ അവസ്ഥയിൽ നിന്നുകൊണ്ട് സെൽഫി എടുക്കാൻ ശ്രമിച്ച പത്തൊൻപതു പേർക്കാണ് ഇന്ത്യയിൽ മാത്രം ജീവൻ നഷ്ടമായത്. സ്വന്തം രൂപം കണ്ട് അതിൽ അഭിരമിക്കുന്ന സ്വാർത്ഥതയിലേക്ക് ഓരോ മനുഷ്യനും ചുരുങ്ങുന്നതിലൂടെ ലോകവും ഇന്ന് ചുരുങ്ങിക്കൊണ്ടിരിക്കുകയാണ്. ഒരു മനുഷ്യനെ വിലയിരുത്തുന്നത് അവനുണ്ടാക്കുന്ന സമ്പത്തിനെ അളന്നു നോക്കിയിട്ടാണെന്ന അവസ്ഥയിലേക്ക് ലോകം മാറുന്നു. ഒരുവനെ മനുഷ്യനാക്കുന്നത് അവൻ കാത്തു സൂക്ഷിക്കുന്നതും പിന്തുടരുന്നതുമായ മൂല്യങ്ങളെ അടിസ്ഥാനപ്പെടുത്തി ആയിരിക്കണം എന്ന ചിന്ത എന്നേ ലോകം കൈവിട്ടു. മികവിന്റെ മാനദണ്ഡം ഇന്നു ധനമായി മാറിക്കഴിഞ്ഞു.

സെൽഫി എടുക്കുന്നതിന്റെയും സെൽഫ് സ്ട്രോക്ക് കൊടുക്കുന്നതിന്റെയും ഉദ്ദേശം ഒന്നുപോലെയല്ല. അവയുടെ ഫലങ്ങളും വ്യത്യസ്തമാണ്. മറ്റുള്ളവരിൽനിന്നും വാക്കുകൊണ്ടോ പ്രവൃത്തികൊണ്ടോ യാതൊരുവിധമായ ഉത്തേജനവും ലഭിക്കാതെ വരുമ്പോഴാണ് മനുഷ്യൻ സെൽഫ് സ്ട്രോക്കുകൾക്കായി തെരയുന്നതും ഹോബികൾ കണ്ടെത്തി ഉത്തേജിതരാകുന്നതും. അതുവഴി അവർ ജീവിതത്തിൽ സന്തോഷത്തിന്റെ താളം കണ്ടെത്തുന്നു. എന്നാൽ സെൽഫി എടുക്കുന്നത് ഉത്തേജനത്തിനാണെന്നു പറയാൻ കഴിയില്ല. സ്വന്തം ഇമേജ് മറ്റുള്ളവർക്കിടയിൽ വിളമ്പുന്നതിനുള്ള കച്ചവടതന്ത്രമാണത്. അതിലൂടെ അവർ സ്വാർത്ഥരാകുന്നു. എന്നു മാത്രമല്ല, ചിലപ്പോൾ ജീവൻ നഷ്ടപ്പെടുത്തിക്കൊണ്ട് മറ്റുള്ളവർക്ക് തീരാദുഃഖമായി തീരുകയുംചെയ്യുന്നു.

കുട്ടികളുടെ ഹോബികളെ പ്രോത്സാഹിപ്പിക്കുന്നത് ഒരു ഞാണിന്മേൽ കളി

കുട്ടികളുടെ ഹോബികൾ പ്രോത്സാഹിപ്പിക്കുമ്പോൾ, അതെങ്ങനെയാണ് ഞാണിന്മേൽകളിയാകുന്നതെന്ന് കഴിഞ്ഞ ക്ലാസിൽ കല്യാണി ചോദിച്ചിരുന്നു. ആ ചോദ്യത്തിന്റെ ഉത്തരത്തിലേക്കു കടക്കണമെങ്കിൽ ചില ചോദ്യങ്ങൾക്ക് നിങ്ങൾ ഉത്തരം നൽകേണ്ടി വരും. വളരെ വൃത്തിയായി സൂക്ഷിച്ചുപോരുന്ന നിങ്ങളുടെ ഇരിപ്പു മുറിയുടെ ഭിത്തിയിൽ കുഞ്ഞുമക്കൾ ആരെങ്കിലും ചായപ്പെൻസിൽ കൊണ്ടോ മൂർച്ചയുള്ള മറ്റെന്തെങ്കിലും കൊണ്ടോ ഒരു പടം കോറിയിട്ടാൽ, മുതിർന്നവരുടെ ഭാഷയിൽ പറഞ്ഞാൽ കുത്തിവരച്ചാൽ, നിങ്ങളെന്തുചെയ്യും? അതനുവദിക്കുമോ ഇല്ലയോ?

നിങ്ങളുടെ ഉത്തരം ഏതായാലും അതിനുള്ള കാരണവും പ്രതിവിധിയുംകൂടി പറയണം. നിങ്ങളോരോരുത്തർക്കും ഉത്തരം പറയാം.

'ഞാനനുവദിക്കില്ല. കുത്തിവരയ്ക്കുന്നതു നല്ല ശീലമല്ല. ഭിത്തി വൃത്തികേടാക്കിയതിനു ഞാൻ വഴക്കു പറയും'. അല്പം ഗൗരവക്കാരിയായ കല്ല്യാണി അതുപറഞ്ഞിട്ടിരുന്നപ്പോൾ, അനുബന്ധമെന്നോണം ഇന്ദിര പറഞ്ഞുതുടങ്ങി.

'വീട്ടിൽ വരുന്ന മറ്റുള്ളവർ, കുത്തിവരച്ചു കിടക്കുന്ന ഭിത്തി കണ്ടാൽ, ചീത്തക്കുട്ടികളാണ് ഭിത്തിയിൽ വരയ്ക്കുന്നതെന്നു പറഞ്ഞ്,അവർ നിന്നെ കളിയാക്കുമെന്നു പറഞ്ഞ് ഞാൻ കുഞ്ഞിനെ ഉപദേശിക്കും'

കേട്ടിരുന്ന ഗീത വളരെ ശാന്തമായി പറഞ്ഞു:

'ഞാൻ വഴക്കൊന്നും പറയില്ല, ഉപദേശിക്കയുമില്ല. വീടിന്റെ പിന്നിലുള്ള വരാന്തയുടെ ഭിത്തിയിലോ മറ്റോ വരച്ചുകൊള്ളാൻ പറയും. കുഞ്ഞുങ്ങൾക്ക് എവിടെങ്കിലും വരച്ചാൽ പോരേ?

ടീച്ചറേ, ഞാനിതൊന്നുമല്ല ചെയ്യുന്നത് എന്നു പറഞ്ഞാണ് സുരേഷ് തുടങ്ങിയത്. ഞാനൊരു ഡ്രോയിങ് ബുക്ക് വാങ്ങി കുഞ്ഞിനു കൊടുത്തിട്ട് അതിൽ വരക്കുവാൻ പ്രേരിപ്പിക്കും.

ഇതുവരെ ഇവിടെ കേട്ടത് നാലുപേരുടെ അഭിപ്രായങ്ങളാണ്. കുത്തിവരച്ച് ഭിത്തി വൃത്തികേടാക്കിയതിന് വഴക്കു പറയുമെന്നാണ് കല്ല്യാണി പറഞ്ഞത്. അങ്ങനെ വഴക്കുപറഞ്ഞാൽ അതുകേൾക്കുന്ന കുട്ടി എന്താണ് വിചാരിക്കുക? എന്റെ പടം ഭിത്തി വൃത്തികേടാക്കാനുള്ള സാധനമാണ്. ഒരുസ്ഥലം വൃത്തികേടാക്കാൻ എന്തെങ്കിലും വരച്ചാൽ മതി എന്നെല്ലാമല്ലേ? ഇതായിരിക്കുമല്ലോ അതിന്റെ തലയിൽ രേഖപ്പെടുത്തുന്നത്. ചുമ്മാതല്ല, തങ്ങളുമായി വിരോധമുള്ളവരുടെ മതിലുകളിൽ ചിലയാളുകൾ പലതും എഴുതിയും വരച്ചും സായൂജ്യമടയുന്നത്.

പോസിറ്റീവ് സ്ട്രോക്കു നൽകലാണോ ഇത്? അല്ല. അപ്പോഴെന്തായിരിക്കും സംഭവിക്കുക, ഇഷ്ടമില്ലാത്ത സാധനങ്ങളോ സേവനങ്ങളോ കണ്ടാൽ അതു വൃത്തികേടാക്കാനായി അതിന്മേൽ എന്തെങ്കിലും എഴുതുകയോ വരയ്ക്കുകയോ ചെയ്താൽ മതിയെന്ന് കുഞ്ഞിനുതോന്നാം അല്ലേ? എങ്കിലതു കുഴപ്പമല്ലേ കല്യാണീ?

വീട്ടിൽ വരുന്ന മറ്റുള്ളവർ, കുത്തിവരച്ച ഭിത്തി കണ്ടാൽ അതു വരച്ച കുഞ്ഞിനെ ചീത്തക്കുട്ടി എന്നു പറയുമെന്ന കാര്യം ഓർമ്മിപ്പിച്ചുകൊണ്ട് കുഞ്ഞിനെ ഉപദേശിക്കുമെന്നാണ് ഇന്ദിര പറഞ്ഞത്. ഇതു കേൾക്കുന്ന കുട്ടി എന്താണു വിചാരിക്കുക?

ഭിത്തിയിൽ പടം വരയ്ക്കുന്ന താനൊരു ചീത്തക്കുട്ടിയാണെന്ന് മനസ്സിൽ ഉറപ്പിക്കും. ഇവിടെയും നെഗറ്റീവ് സ്ട്രോക്കാണു കുട്ടിക്കു കിട്ടുന്നത്. ഇതും കുഴപ്പമല്ലേ?

പിന്നിലെ വരാന്തയുടെ ഭിത്തിയിൽ വരച്ചു കൊള്ളാൻ പറയുമെന്നാണ് ഗീത പറഞ്ഞത്. അതു കേട്ടാൽ കുഞ്ഞിനെന്തു സ്ട്രോക്കാണു കിട്ടുക? ആബാലവൃദ്ധം ജനങ്ങളും ആഗ്രഹിക്കുന്നത് പോസിറ്റീവ് സ്ട്രോക്കാണെന്ന കാര്യം നിങ്ങളെല്ലാവരും ഇവിടെ മറക്കുന്നു. താൻ വരയ്ക്കുന്ന ചിത്രം മറ്റുള്ളവർ കാണണമെന്നും അതുവഴി പോസിറ്റീവ് സ്ട്രോക്ക് നേടണമെന്നുമാണ് കുഞ്ഞിന്റെ ആഗ്രഹം. വീടിനു പിന്നാംപുറത്തു പോയി വരച്ചാൽ ആരെങ്കിലും അതു കാണുമോ? വീട്ടിൽ വരുന്നവരിൽനിന്നും കുഞ്ഞിനു പോസിറ്റീവ് സ്ട്രോക്കു കിട്ടുമോ? ചിത്രം ആരെങ്കിലും കണ്ട് അനുമോദിച്ചെങ്കിൽ മാത്രമല്ലേ കുഞ്ഞിനു പോസിറ്റീവ് സ്ട്രോക്കു കിട്ടൂ.

വീടിനു പിന്നാമ്പുറത്ത് വരാന്തയിൽ പോയി വരച്ചുകൊള്ളാൻ ഗീത പറയുമ്പോൾ ഫലത്തിൽ കുഞ്ഞിനു ലഭിക്കുന്ന സന്ദേശമെന്താണ്? തന്റെ ചിത്രം കാണാൻ കൊള്ളരുതാത്തതാണ്. അതുകൊണ്ടല്ലേ പിന്നാമ്പുറത്തുവരയ്ക്കാൻ പറഞ്ഞത്? അത് കുഞ്ഞിനു സങ്കടമല്ലേ? സങ്കടം നെഗറ്റീവ് സ്ട്രോക്കല്ലേ?

കുട്ടിക്ക് ഒരു ഡ്രോയിംഗ്ബുക്ക് വാങ്ങി കൊടുത്തിട്ട് അതിൽ വരച്ചുകൊള്ളാൻ പറയുമെന്നാണ് സുരേഷിന്റെ അഭിപ്രായം. പ്രത്യക്ഷത്തിൽ അതു നിർദ്ദോഷമായൊരു കാര്യമായി തോന്നാമെങ്കിലും, അതു കേൾക്കുന്ന കുഞ്ഞ്, എനിക്കു ബുക്കുവേണ്ടാ ഭിത്തിയിൽതന്നെ വരച്ചാൽ മതിയെന്നു പറഞ്ഞാൽ എന്തായിരിക്കും സംഭവിക്കുക?

അതിനെപ്പറ്റി നിങ്ങൾ ആലോചിച്ചിട്ടുണ്ടോ? പടം വരയ്ക്കൽ എന്ന ഹോബിയെ പ്രോത്സാഹിപ്പിക്കാനാണ് സുരേഷ് ശ്രമിച്ചതെന്നെനിക്കറിയാം. പക്ഷേ, എനിക്ക് ബുക്കുവേണ്ടാ ഭിത്തിയിൽ വരച്ചാൽമതി എന്നു കുഞ്ഞു പറഞ്ഞാൽ ആ അഭിപ്രായത്തിനു മുന്നിൽ നിങ്ങൾ മുട്ടുമടക്കും. പോസിറ്റീവ് സ്ട്രോക്ക് കൊടുക്കാനുള്ള നിങ്ങളുടെ ശ്രമം അവിടെ പരാജയപ്പെടും.

ആശയവിനിമയ വിശകലനത്തെ പറ്റിയുള്ള മനഃശാസ്ത്രം (ടി.എ.സൈക്കോളജി) അവിടെ തകർന്നുവീഴും. ഇതാണ് ഞാൻ നേരത്തെ പറഞ്ഞത് കുഞ്ഞുങ്ങളുടെ ഹോബിയെ പ്രോത്സാഹിപ്പിക്കുന്നത് ഒരു ഞാണിന്മേൽ കളിയാണെന്ന്. ചോദ്യം ചോദിച്ച കല്യാണിക്കും മറ്റുള്ളവർക്കും ഇപ്പോൾ കാര്യം മനസ്സിലായിക്കാണുമെന്ന് വിശ്വസിക്കുന്നു. ഇതോടുകൂടി ക്ലാസ്സ് അവസാനിക്കുകയാണ്. അതിനുമുമ്പൊരു ചോദ്യം.

'വീടിന്റെ ഭിത്തികളിൽ കുത്തിവരയ്ക്കുന്ന കുഞ്ഞുങ്ങളെ തടയാതെ പ്രോത്സാഹിപ്പിക്കയല്ലേ വേണ്ടത്? അതെങ്ങനെ സാധിക്കും? അതിനൊരു വഴി പറഞ്ഞുതരാം.'

കുഞ്ഞുങ്ങളുടെ പ്രായം അനുസരിച്ച് അവർക്ക് കൈകാര്യം ചെയ്യാൻ കഴിയുന്ന ചിത്രരചനാസാമഗ്രികൾ മാത്രം വാങ്ങി കൊടുക്കുക. എവിടെ വരയ്ക്കണം, എന്തു വരയ്ക്കണം എന്ന് കുഞ്ഞുങ്ങൾ തീരുമാനിക്കട്ടെ.

അങ്ങനെയാണെങ്കിൽ മാത്രമേ കുഞ്ഞുങ്ങൾക്ക് അതുകൊണ്ട് ഗുണം ഉണ്ടാകൂ.

മർമ്മത്തുകൊള്ളുന്ന തലോടലുകൾ

'ഒരൊറ്റ ചോദ്യം മതി ജീവിതം മാറ്റി മറിക്കാൻ' വളരെ പ്രചാരമേറിയ 'നിങ്ങൾക്കുമാകാം കോടീശ്വരൻ' എന്ന ടെലിവിഷൻ പരിപാടിയിൽ അവതാരകൻ പറഞ്ഞ വാചകമാണിത്. അതു നമുക്കൊന്നു മാറ്റിപ്പറയാം,'ഒരൊറ്റ സ്ട്രോക്കു മതി ജീവിതം മാറ്റി മറിക്കാൻ'. ഒരാളിനെ രക്ഷപ്പെടുത്താനോ തകർക്കാനോ ഈയൊരു സ്ട്രോക്കു മതി. അതിന്റെ പേരാണ് ടാർഗറ്റ് സ്ട്രോക്ക്.

ആറേഴുവർഷം മുമ്പ് ഞാൻ ഒരു സ്കൂളിൽ കുട്ടികൾക്കായി ചില സാരോപദേശ കഥകൾ പറഞ്ഞ് ക്ലാസ്സെടുക്കുമ്പോൾ ആറാം ക്ലാസിലെ ഒരു പെൺകുട്ടിയുടെ നോട്ട്ബുക്ക് അവിചാരിതമായി കാണുവാനിടയായി. അതു നിറയെ സാഹിത്യ ഭംഗിയുള്ള കൊച്ചു കൊച്ചുവാചകങ്ങൾ കൊണ്ടുള്ള കുറിപ്പുകളായിരുന്നു. അതിൽ കവിതയുടെ ഒരു മിന്നലാട്ടം ഞാൻ കണ്ടു. കുട്ടിയുമായി സംസാരിച്ചപ്പോൾ അവയൊന്നും ഇതുവരെ ആരെയും കാണിച്ചിട്ടില്ലെന്നും ഒറ്റയ്ക്കിരിക്കുമ്പോൾ കുത്തിക്കുറിച്ചവയാണെന്നും അറിഞ്ഞു. അതിൽ കവിത ഉണ്ടെന്ന് ഞാൻ പറഞ്ഞപ്പോൾ അതു കേട്ടുനിന്ന ആ കുട്ടിയുടെ കണ്ണുകൾ സന്തോഷാധിക്യത്താൽ വികസിക്കുന്നതു കണ്ടു.

'എല്ലാം നല്ല ഉദാത്തമായ ഭാവനയാണല്ലോ, എഴുത്തു മുടക്കരുത്, നീ വലിയ കവയിത്രി ആകും' എന്നെല്ലാം പറഞ്ഞുകൊണ്ട് ഞാനതിന്റെ ശിരസ്സിൽ കൈവെച്ചനുഗ്രഹിച്ചു.

അതിൽ നിന്നും രണ്ടു കവിതകൾ ഞാൻ ചോദിച്ചു വാങ്ങിയിരുന്നു. അതിൽ ഒരു കവിത തുടങ്ങുന്നത്

'പുലർകാലവെട്ടം വീഴുന്ന നെല്ലിൻ
തലകളിൽതൂങ്ങും തുഷാര ബിന്ദുക്കൾ'

എന്നു പറഞ്ഞുകൊണ്ടായിരുന്നു.

മഞ്ഞുതുള്ളികൾ പേറിക്കൊണ്ട് ഇളംകാറ്റിൽ ഉലയുന്ന നെല്ലിൻ തലകളിൽ പ്രഭാതരശ്മികൾ തട്ടുമ്പോൾ പാടത്തു കാണാൻ കഴിയുന്നത് പൂത്തുനിൽക്കുന്ന നവരത്നങ്ങളെയാണെന്നായിരുന്നു കവിഭാവന. കുറേ ദിവസങ്ങൾക്കു ശേഷം ആ കവിതകൾ കുട്ടിയുടെ പേരിൽത്തന്നെ ഞാൻ ഒരു പത്രത്തിനയച്ചുകൊടുത്തു. പിന്നീട് നടന്നതൊക്കെ അതിശയകരമായ സംഭവങ്ങളായിരുന്നു. കവിതകൾ വായിച്ച പലരും അതിലെ വിഷയം ചർച്ചചെയ്തു. കുട്ടിയുമായി ഇന്റർവ്യൂ നടത്താനായി പലരും അതിനെ തേടിയെത്തി. അതോടുകൂടി സ്ക്കൂളിനും കുട്ടിക്കും പ്രസിദ്ധിയേറി. പിന്നീട് ധാരാളം കവിതകളെഴുതി വായനക്കാരുടെ മനസ്സിൽ ഇടംപിടച്ച ആ കുട്ടി ഇപ്പോൾ ഒരു ഡോക്ടറും പ്രശസ്തയായ കവയിത്രിയുമാണ്. ഇവിടെ ഒരു ചോദ്യത്തിന്റെ ആവശ്യമില്ല എങ്കിലും ഞാൻ ചോദിക്കുകയാണ്, എന്തുകൊണ്ടാണ് ആ കുട്ടി ഇത്രവേഗം പ്രശസ്തയാകാൻ കാരണം?

അതിനു കാരണം ടീച്ചർ തന്നെയല്ലേ? സുരേഷാണതു ചോദിച്ചത്.

അങ്ങനെ പറഞ്ഞാൽ പോരാ സുരേഷേ, ആരു ചെയ്തു എന്നതല്ല, എന്തു ചെയ്തു എന്നതാണു പ്രധാനം. എന്റെ ഏതെല്ലാം പ്രവൃത്തികൾ എങ്ങനെയെല്ലാമാണ് ആ കുട്ടിയെ ഉത്തേജിപ്പിച്ചത്, അതാണറിയേണ്ടത്.

കുറിപ്പുകളിൽ കവിത ഉണ്ടെന്നും എല്ലാം ഉദാത്തമായ ഭാവനകളാണെന്നും കവിത എഴുത്തു തുടരണമെന്നും പറഞ്ഞ് ടീച്ചർ കുട്ടിയെ പ്രോത്സാഹിപ്പിച്ചു. പോസിറ്റീവായ വാക്കുകളാലുള്ള സ്ട്രോക്കു കൊടുക്കലാണിത്. പിന്നീട് തലയിൽ കൈവെച്ച് നീ വലിയ കവയിത്രി ആകുമെന്നുപറഞ്ഞ് ആശീർവദിച്ചത് വാക്കുകളും പ്രവൃത്തിയും ചേർത്തുകൊണ്ടുള്ള പോസിറ്റീവ് സ്ട്രോക്കുകളായിരുന്നു.

കവിത പത്രത്തിൽ പ്രസിദ്ധീകരണത്തിന് അയച്ചുകൊടുത്തത് കുട്ടിയുടെ ഗുണത്തിനു വേണ്ടി ചെയ്ത പ്രവർത്തിയാണ്. അതും പോസിറ്റീവായ ഫിസിക്കൽ സ്ട്രോക്കാണ്. തുടർന്ന് കവിത എഴുതാനും പ്രശസ്തയാകാനും കാരണമായത് ടീച്ചറിന്റെ സമയോചിതമായ ഈ പോസിറ്റീവ് സ്ട്രോക്കുകൾ തന്നെയാണ്.

വളരെ ഭംഗിയായും വിശദമായും താങ്കളിതവതിരിപ്പിച്ചു. ഇങ്ങനെയുള്ള സ്ട്രോക്കുകളെയാണ് ടാർഗറ്റ് സ്ട്രോക്കുകൾ

എന്നുപറയുന്നത്. ഇവിടെ ഒരു കാര്യം കൂടി പറയേണ്ടതുണ്ട്.

മനുഷ്യരെല്ലാവരും അംഗീകാരം ആഗ്രഹിക്കുന്നവരാണ്. അതിനാൽ മറ്റുള്ളവരുടെ നല്ല പ്രവൃത്തികളെ പ്രശംസിക്കുക എന്നൊരു ശീലം കുട്ടികളിൽ വളർത്തിയെടുക്കണം. അതിനു കാരണവും മാതൃകയും ആകേണ്ടവർ മാതാപിതാക്കളും അദ്ധ്യാപകരുമാണ്. അതാണ് ഞാൻ ചെയ്ത പ്രവൃത്തി. അതുമൂലം മറ്റൊരു പ്രയോജനം കൂടി ഉണ്ടാകും. എങ്ങനെയൊക്കെയാണ് മറ്റൊരാളിനെ പ്രോത്സാഹിപ്പിക്കേണ്ടതെന്ന് എന്നിൽ നിന്നും പഠിച്ച പാഠം ആ പെൺകുട്ടി ഭാവിയിൽ മറ്റുപലരിലും നടപ്പാക്കും. അപ്പോൾ അവിടെ സാമൂഹ്യ പ്രതിബദ്ധതയുള്ള വ്യക്തികളുടെ ഒരു സമൂഹം ഉണ്ടാകും.

'എല്ലാവരും ടീച്ചറേപ്പോലെ ആയിരുന്നെങ്കിൽ'

അതെന്താ ആശേ അങ്ങനെ പറഞ്ഞത്?

കാണുന്നതിലെല്ലാം കുറ്റംമാത്രം കണ്ടെത്തി പറയുന്ന ചിലരുണ്ട്. അതുകൊണ്ട് പറഞ്ഞപോയതാണ്.

ശരിയാണ്, അങ്ങനെയുള്ളവരുണ്ട്.

ഞാൻ അതിലേക്കു വരികയാണ്.

മറ്റു സ്ട്രോക്കുകളിൽ പോസിറ്റീവും നെഗറ്റീവും ഉള്ളതുപോലെ ടാർഗറ്റ് സ്ട്രോക്കിലും നെഗറ്റീവും പോസിറ്റീവുമുണ്ട് ഞാനീ പെൺകുട്ടിക്കു കൊടുത്തതെല്ലാം പോസിറ്റീവ് ടാർഗറ്റ് സ്ട്രോക്കുകളാണ് ഇനിയും നെഗറ്റീവ് ടാർഗറ്റ് സ്ട്രോക്കിനേപ്പറ്റി പറയാം.

മർമ്മാണിയുടെ മുന്നിൽപ്പെട്ട കുഞ്ഞുചിത്രകാരൻ

എന്റ അമ്മവീട് കായൽത്തീരത്താണ്. ആ നാട്ടിൽ പഴയ തലമുറയിൽപ്പെട്ട മിക്കവാറും എല്ലാവരും അറിയപ്പെടുന്നത് അവരുടെ സ്വന്തം പേരിലല്ല മറ്റുചില പേരുകളിലാണ്. ചെറുപ്പത്തിൽ അമ്മയുടെ വീട്ടിൽ പോകുമ്പോൾ ഈ പേരുകളെല്ലാം കേൾക്കുന്നത് എനിക്കത്ഭുതമായിരുന്നു. ഓരോരുത്തരുടേയും സ്വഭാവവും പെരുമാറ്റവും സംസാരവുമെല്ലാം അനുസരിച്ച് നാട്ടുകാർ കൊടുത്ത കളിയാക്കൽ പേരുകളാണവയെന്ന് പിന്നീടാണറിഞ്ഞത്. ഇങ്ങനെയുള്ള പേരുകൊടുക്കുന്ന കാര്യത്തിൽ വിദ്യാർത്ഥികളാണ് മുൻപന്തിയിൽ. നാട്ടിൻപുറത്ത് ഇവയെ ഇരട്ടപ്പേരെന്നു പറയും. അട, ആകാശവാണി, ഇരുട്ടുകുത്തി, ഈയൽ, ഉറുമ്പ്, ഊപ്പ, കറിച്ചട്ടി, കാട്ടി, കൊഞ്ച്, കോച്ച്, ചക്ക, ചാഴി, തിമ്മൻ, തീയൽ, തൊപ്പി,

തോലൻ, പത്തൊമ്പത്, പാഷാണം, പുലി, പൂതം, മർമ്മാണി, മാടൻ, വെളുത്തുള്ളി, വേട്ടാവളിയൻ, അങ്ങനെയങ്ങനെ ഒട്ടേറെ പേരുകൾ അകാരാദി ക്രമത്തിൽ പറയാൻ ഇന്നും എന്റെ ഓർമ്മയിലുണ്ട്. അവയിൽ എന്നും ഓർക്കുന്ന ഒരു പേരുണ്ട്, അതാണ് മർമ്മാണി. നാട്ടുകാരിൽ ആരോ നൽകിയ ഈ പേരിന് അയാളുടെ സ്വഭാവവു മായി നല്ലചേർച്ചയാണ്. അയാൾ മർമ്മാണി വൈദ്യനൊന്നുമല്ല, എന്നാൽ മറ്റുള്ളവരുടെ മർമ്മസ്ഥാനത്തു കൊള്ളുന്ന രീതിയിലാണ് അയാളുടെ വാക്കും പ്രവർത്തിയും. ഇദ്ദേഹം എന്റെ അമ്മയുടെ അകന്ന ബന്ധുവാണ്. ഈ മൂപ്പീന്ന് ഒരു ദിവസം അമ്മയുടെ വീട്ടിൽ വന്നു. അമ്മയുടെ ഇളയ സഹോദരന്റെ അഞ്ചുവയസ്സുള്ള മകൻ അന്ന് വീട്ടിലുണ്ട്. സൈക്കോളജിയിൽ പി.ജി. കഴിഞ്ഞു നിൽക്കുന്ന ഞാനും അന്നവിടെ ഉണ്ടായിരുന്നു. ഈ കുട്ടി ചായപ്പെൻസിൽ കൊണ്ട് കടലാസിലെന്തോ വരയ്ക്കുന്ന സമയത്തായിരുന്നു മൂപ്പീന്നിന്റെ വരവ്. അതു കണ്ടിട്ടയാൾ, 'എടാ കൊച്ചനേ നീ എന്തു കിശുമത്താ ചെയ്യുന്നത്' ലോഹ്യവുമായി അയാൾ കുട്ടിയുടെ അടുത്തെത്തി. താൻ വരച്ച പടം കാണിക്കാൻ ഒരാളിനെ കാത്തിരുന്നതുപോലെ അവൻ പെട്ടന്ന് പടമെടുത്ത് മൂപ്പീന്നിനെ കാണിച്ചു.

'ദേ അപ്പൂപ്പാ ഞാൻ വരച്ച മീൻകാരന്റെ പടം കണ്ടോ. ഇതു കുട്ട, ഇതെല്ലാം മീനാ'. അവൻ വിശദീകരിച്ചുതുടങ്ങുമ്പോഴേക്കും ആ മഹാപാപിയുടെ വക പരിഹാസം.

'ഓ, ഇങ്ങനെ കുത്തിവരയ്ക്കാൻ ആർക്കാ കഴിയാത്തത്. ഇതാണോ കുട്ട, ഇതു നിന്റെ മോന്തപോലെ ഉണ്ടല്ലോടാ. ഇതിനെ യാണോ നീ മീനെന്നു പറഞ്ഞത്. ഇതു മീനല്ല നിന്റെ കോന്ത്രപ്പല്ലു പോലുണ്ട്'.

ഇതു വീട്ടിനുള്ളിലിരുന്നു കേട്ടിട്ടാണ് ഞാൻ പുറത്തേക്കു വന്നത്. നോക്കുമ്പോൾ കുഞ്ഞിന്റെ മുഖം വല്ലാതെ വിളറിയിരുന്നു. സങ്കടം കൊണ്ട് ശബ്ദമുണ്ടാക്കാതെ അവൻ ഉള്ളിൽ തേങ്ങുന്നുണ്ടെന്നു മനസ്സിലായി. ഒറ്റ നിമിഷംകൊണ്ട് അയാൾ കുട്ടിയോടു ചെയ്ത ദ്രോഹം നോക്കണേ. ആർക്കും ചെയ്യാവുന്ന കുത്തിവരപ്പാണ് ചിത്രമെന്നു പറഞ്ഞപ്പോൾത്തന്നെ കുട്ടിയിലെ ചിത്രകാരൻ കാലി ടറി വീണുകഴിഞ്ഞു. മീൻകുട്ട തന്റെ മുഖം പോലെയാണെന്നും മീനുകൾ തന്റെ കോന്ത്രപ്പല്ലാണെന്നും മറ്റും പറഞ്ഞുകേട്ടപ്പോൾ താൻ വിരൂപനാണെന്ന ഒരു വികാരം കുഞ്ഞിന്റെ തലയിൽ രേഖ

പ്പെടുത്തിക്കഴിഞ്ഞു. ഞാൻ തിരിച്ചു വീട്ടിലെത്തി മൂന്നുമാസം കഴിഞ്ഞപ്പോൾ അറിയുന്നു അവൻ പിന്നീട് പടങ്ങളൊന്നും വരച്ചിട്ടില്ലെന്ന്. എല്ലാറ്റിലുംനിന്ന് ഉൾവലിയുന്നൊരു സ്വഭാവക്കാരനായി മാറുന്നു എന്നും പിന്നീടറിഞ്ഞു.

എന്നിട്ട് ഈ മൂപ്പീന്നിനെ എന്തുചെയ്തു ടീച്ചറേ?

ചോദ്യം ആശയുടേതായിരുന്നു.

എന്തു ചെയ്യാനാ ആശേ, മൂപ്പീന്നിന്റെ കയ്യിൽ ഉള്ളതല്ലേ മറ്റുള്ളവർക്കു കൊടുക്കാൻ കഴിയൂ. ഞാൻ ഇതറിഞ്ഞതിനു ശേഷം മാസംതോറും അവിടെ പോവുകയും അവനു വേണ്ട പോസിറ്റീവ് സ്ട്രോക്കുകൾ അഭിനന്ദനങ്ങളായും സമ്മാനങ്ങളായുമൊക്കെ കൊടുത്തുകൊണ്ടിരുന്നു. അതിപ്പോഴും തുടരുന്നുമുണ്ട്. ഇപ്പോൾ അവൻ പ്ലസ് ടൂവിനു പഠിക്കുന്നു. എല്ലാ അവധിക്കാലത്തും ഒരു ചിത്രകാരന്റെ ശിക്ഷണത്തിൽ ചിത്രകലാ പഠനം തുടരുന്നു. അവന്റെ ഹോബി ഇപ്പോൾ ചിത്രരചനയാണ്. ഈ കുട്ടിക്ക് മൂപ്പീന്നു പണ്ടു കൊടുത്തതും Target stroke ആണ്. പക്ഷേ, നെഗറ്റീവ് ആയിരുന്നെന്നു മാത്രം. സമയത്ത് ഞാൻ ഇടപെട്ടതു കൊണ്ട് ആ കുട്ടി രക്ഷപെട്ടു.

നിങ്ങളുടെ വീട്ടിലെ കൊച്ചു കുട്ടികളാരെങ്കിലും കടലാസിൽ മൂന്നാലു വരെയും രണ്ടു കുത്തും ഒരു വട്ടവുമെല്ലാം വരച്ചു നിങ്ങളെ കാണിച്ചിട്ടു പറയുകയാണ് അച്ഛാ, ദേ ആന, അല്ലെങ്കിൽ അമ്മേ, ഇതാ പൂച്ച എന്നെല്ലാം പറഞ്ഞാൽ അതുകേൾക്കുന്ന നിങ്ങളെന്തു പറയും?

'കൊച്ചുകുട്ടിയുടെ പടമല്ലേ കുറ്റവും കുറവുമൊക്കെ കാണും നമ്മൾ അതു പറഞ്ഞുകൊടുക്കണം' വളരെ ആത്മാർത്ഥതയോടെയാണ് രാധമ്മ അതു പറഞ്ഞത്.

ആനയുടെ വാലിനു നീളംപോരാ, ചെവിക്കു ദ്വാരമില്ല, കാലിൽ നഖമില്ല, അല്ലെങ്കിൽ പൂച്ചക്ക് മുഖത്തു മീശയില്ല കണ്ണു ചെറുതായിപ്പോയി എന്നെല്ലാം പറയുമായിരിക്കും, ഇല്ലേ?

കുഞ്ഞിന്റെ ചിത്രമല്ലേ ചേച്ചീ അതിൽ കുറ്റവും കുറവുകളും മാത്രമേ കാണൂ. ഒരു കാര്യം നിങ്ങളോർക്കണം അവൻ നിങ്ങളുടെ മുന്നിൽ ചിത്രകല പഠിക്കാനല്ല എത്തുന്നത്. അവന് സന്തോഷത്തിന്റെ ഒരു സ്ട്രോക്കു വേണം അത്രതന്നെ. അതിനാണവൻ വരുന്നത്. അപ്പോൾ കുറ്റം ചൂണ്ടിക്കാണിച്ചു പഠിപ്പിക്കാൻ ശ്രമി

ച്ചാൽ നിങ്ങളിലെ സ്നേഹദായകൻ അവിടെ തോൽക്കും. സ്ട്രോക്കു കൊടുക്കൽ അതോടെ പൊളിയും.

'അപ്പോൾ വെളുക്കാൻ തേച്ചതു പാണ്ടാകും ഇല്ലേ ടീച്ചറേ'.

അഞ്ചാറുപേരൊന്നിച്ചാണതു പറഞ്ഞത്.

അപ്പോഴെന്താണു വേണ്ടതു്?

ഇല്ലായ്മകൾ ഒരു കുറ്റമായി പറയാതെ, ഉള്ളതിനെയെല്ലാം പൊലിപ്പിച്ചു പറഞ്ഞും ഇല്ലാത്തതിനെ ഉണ്ടെന്നു പറഞ്ഞും കുഞ്ഞിന്റെ ഭാവനാനിലവാരത്തിലേക്ക് നമ്മൾ ഇറങ്ങിവന്ന് അവനെ അനുമോദിക്കണം.

അതെങ്ങിനെ? രാധമ്മയ്ക്ക് വീണ്ടും സംശയം.

'അതു പറയാം, ദാ ഇങ്ങനെ'

'ങാഹാ! ആ കണ്ണുകണ്ടോ അതു നമ്മളെത്തന്നെ നോക്കുകയാണല്ലോ'

ചിലപ്പോൾ അവിടെ കണ്ണൊന്നും ഉണ്ടാവില്ല. പകരം ഒരു കുത്തോ ചെറിയൊരു വട്ടമോ മാത്രം ഉണ്ടായെന്നിരിക്കും. പക്ഷേ ഉണ്ടെന്നു നാം പൊലിപ്പിച്ചു പറയണം. അങ്ങനെ പൊലിപ്പിക്കുമ്പോൾ അതു വെറും പ്ലാസ്റ്റിക് സ്ട്രോക്കായി കുഞ്ഞിനു തോന്നരുത്. വാക്കുകളിലെ സത്യസന്ധത കുഞ്ഞിനു ബോദ്ധ്യപ്പെടണം. അതാണു സ്ട്രോക്കു കൊടുക്കുന്നതിലെ വിജയമന്ത്രം .

എന്താണീ ഈ പ്ലാസ്റ്റിക് സ്ട്രോക്ക്? ആശയ്ക്കൊരു സംശയം

അതായത് 'നിർജ്ജീവമായ വാക്കുകൾ'. അതിനേപ്പറ്റി അടുത്ത ക്ലാസ്സിൽ പറയുന്നതാണ്.

പ്ലാസ്റ്റിക് സ്ട്രോക്കുകൾ (നിർജ്ജീവ വാക്കുകൾ)

കഴിഞ്ഞ ക്ലാസ്സിൽ പറഞ്ഞിരുന്നത് ഉള്ളതിനെ ഇല്ലെന്നു പറയുന്ന, നല്ലതു കാണാൻ ശ്രമിക്കാതെ കുറ്റങ്ങൾ മാത്രം കണ്ടെടുത്തു വിമർശിക്കുന്നവരെപ്പറ്റിയാണ്. ഇന്നിവിടെ പറയുന്നത് ഇല്ലാത്ത നന്മകൾ ഉണ്ടെന്നു പറഞ്ഞു നിരന്തരം പ്രശംസിക്കുന്നവരെപ്പറ്റിയാണ്.

അഭിനന്ദനങ്ങൾ എപ്പോഴും പോസിറ്റീവ് സ്ട്രോക്കുകൾ ആണെന്നറിയാമല്ലോ? എന്നാൽ അതു കൊടുക്കുമ്പോൾ ഒരിക്കലും ഭംഗിവാക്കോ മുഖസ്തുതിയോ ആകരുത്. ഭംഗിവാക്ക് കേൾക്കുന്നവർ ആദ്യമാദ്യം അതു വിശ്വസിച്ചെന്നിരിക്കും. പക്ഷേ, വീണ്ടും വീണ്ടും അതു തുടർന്നാൽ എപ്പോഴെങ്കിലും യാഥാർത്ഥ്യം അവർ മനസ്സിലാക്കുമെന്നുള്ളതാണ് ഇതിൽ പതിയിരിക്കുന്ന അപകടം. അന്ന് ഈ മുഖസ്തുതിക്കാരനെ ആളുകൾ വെറുക്കുകയും ചെയ്യും. എപ്പോഴും മുഖസ്തുതി മാത്രം പറയുന്നവർ നൽകുന്ന സ്ട്രോക്കിന് ഒരിക്കലും ഒരു ജീവൻ ഉണ്ടാകില്ല. അത് കൃത്രിമമാണെന്ന് കേഴ്വിക്കാരനു തോന്നുമ്പോഴാണ് അതിനെ പ്ലാസ്റ്റിക് സ്ട്രോക്കെന്നു പറയേണ്ടിവരുന്നത്.

എതിരേനടന്നുവരുന്ന നമ്മളെ കണ്ടാൽ സാധാരണ മിണ്ടാതെ പോകുന്ന അപൂർവ്വം ചിലരുണ്ട്. പക്ഷേ,അവർ മോട്ടോർ ബൈക്ക് ഓടിച്ചു വരികയാണെങ്കിൽ മട്ടുമാറും. ഓടുന്ന ബൈക്കിലിരുന്നു നമ്മെ വണങ്ങുന്നു എന്ന ഭാവത്തിൽ തലയല്പം ചരിച്ചു താഴ്ത്തിക്കാട്ടും. സ്ഥിരമായി കാണുന്ന ഈ അഭ്യാസത്തിൽ മറ്റുള്ളവരെ ബഹുമാനിക്കുന്നു എന്നുള്ള ഒരു ബോധ്യപ്പെടുത്തൽ മാത്രമേ ഉള്ളൂ.

ഇതും പ്ലാസ്റ്റിക് സ്ട്രോക്കു തന്നെ. യഥാർത്ഥത്തിൽ നമ്മുടെ ശ്രദ്ധ പിടിച്ചുപറ്റി അതിലൂടൊരു സെൽഫ് സ്ട്രോക്ക് നേടുകയാണവരുടെ ലക്ഷ്യം.

ചില സ്റ്റേജ്ഷോകളിലെ അവതാരകർ, കയ്യടി മുൻകൂർ ചോദിച്ചു വാങ്ങുന്നതു കണ്ടിട്ടില്ലേ? അത് തങ്ങളുടെ ആത്മവിശ്വാസം വർദ്ധിപ്പിക്കും എന്നവർ കരുതുന്നുണ്ടാവും. ഏറെക്കുറേ അതു ശരിയുമാണ്. എന്നാൽ ഒരു പരിപാടിയിൽ ഇടവിട്ടിടവിട്ട് പല പ്രാവശ്യം അങ്ങനെ ആവശ്യപ്പെട്ടാൽ അതു കാണികളായ പലർക്കും അരോചകമായിത്തീരുമെന്ന് അവരറിയുന്നില്ല. മാത്രവുമല്ല, നല്ലതിനെ കയ്യടിച്ചു പ്രോത്സാഹിപ്പിക്കാനുള്ള മനസ്സുമായി കാത്തിരിക്കുന്ന കാണികളെ കേവലം പ്ലാസ്റ്റിക് സ്ട്രോക്കുകളുടെ വിതരണക്കാരായി അതു മാറ്റുകയുംചെയ്യും.

നിത്യവുംകാണുന്ന അയൽക്കാരനുമായി അടുപ്പം ഉണ്ടാക്കാൻ കയ്യിൽ ഒരു പോസിറ്റീവ് സ്ട്രോക്കുപോലും കാണില്ല. പക്ഷേ, നിത്യവും ഫേസ്ബുക്കിൽ കയറിയിറങ്ങി ഒരിക്കലും കണ്ടിട്ടില്ലാത്ത, കാണാൻ ഒരു സാദ്ധ്യതയുമില്ലാത്ത, ലോകത്തിന്റെ വിദൂര കോണുകളിൽ ഉള്ളവർക്കു വേണ്ടി 'ഹായ്, ഹൗ ആർ യൂ, ഹാപ്പി ബർത്ത് ഡേ' എന്നു തുടങ്ങിയ സ്ട്രോക്കുകൾ കൊടുക്കാൻ കയ്യിൽ ധാരാളം കാണും. എന്നാൽ ഇതു വെറും പ്ലാസ്റ്റിക് സ്ട്രോക്കായിരിക്കും. അതിനേപ്പറ്റി ഒരു കവിത കേട്ടോളൂ.

നേരമില്ലെന്ന നേരമ്പോക്ക്

ഇല്ലെനിക്കൊട്ടുമേ നേരമെ, ന്നമ്മയോ
ടച്ഛനോ, ടയൽപക്കരോടൊന്നുമിണ്ടാൻ
പുഞ്ചിരിപ്പാലുമാ,യോമനക്കുഞ്ഞെന്റെ
മുന്നിൽ വന്നാലുമേ കണ്ണില്ല കാണുവാൻ
എങ്കിലെന്താഫ്രിക്ക, പോർട്ടുഗീ,സിസ്രയേ
ലല്ലങ്ങുദൂരത്തെ എക്സിമോകൾക്കുമേ
സുപ്രഭാതം, ക്ഷേമരാത്രികൾ ചൊല്ലുവാ
നുണ്ടെനിക്കുത്സാഹ, മൊട്ടേറെ നേരവും

പ്ലാസ്റ്റിക് സ്ട്രോക്കിന്റെ ജാഡകളിൽ അഭിരമിക്കുന്ന ഈ അവസ്ഥ മനസ്സിന്റെ ആരോഗ്യകരമായ വികാസത്തിന് ഒട്ടും ചേർന്നതല്ലെന്നു കൂടി ഓർമ്മിപ്പിക്കട്ടെ. പ്ലാസ്റ്റിക്ക് സ്ട്രോക്കുമായി നടക്കുന്നവർക്ക് അബദ്ധങ്ങളും പറ്റാറുണ്ട്. അങ്ങനെ ഒരാൾക്ക് പറ്റിയ അമളിയുടെ കഥ അമ്മൂമ്മ ഒരിക്കൽ പറഞ്ഞത് ഓർമ്മയുണ്ട്.

ധാരാളം കൃഷിയിടങ്ങളും സാമ്പത്തിക ഭദ്രതയുമുള്ള ഒരു ജൻമിയുടെ വീട്ടിൽ വളരെക്കാലം മുമ്പ് നടന്ന കഥയാണ്. ആ

വീട്ടുകാരുടെ പറമ്പിലെ പണികൾ സ്ഥിരമായി ചെയ്തിരുന്നത് അവരുടെ വിശാലമായ പറമ്പുകളിലെ കുടികിടപ്പുകാരായ മൂന്നു വീട്ടുകാരായിരുന്നു.അതിലൊരാളായിരുന്നു കുട്ടൻ. അയാളോടു കൂറുള്ളവർ അയാളെ ഐശ്വര്യക്കുട്ടനെന്നും കുറുമ്പുള്ളവർ എരപ്പ ക്കുട്ടനെന്നും വിളിച്ചിരുന്നു. അതിനു പിന്നിലൊരു കഥയുണ്ട്.

പഴയകാല കൊട്ടാരങ്ങളിലെ സ്തുതിപാഠകരെപ്പോലെ യായിരുന്നു കുട്ടൻ. ജൻമിയുടെ വീട്ടിലെത്തുമ്പോഴെല്ലാം തരം കിട്ടിയാൽ അവിടത്തെ മകളെ വാനോളം പുകഴ്ത്തുവാൻ അയാൾ മറക്കാറില്ലായിരുന്നു. അത് വെറുതേ ആയിരുന്നില്ല, എന്തെങ്കിലു മൊക്കെ പാരിതോഷികം പെൺകുട്ടിയിൽ നിന്നും പ്രതീക്ഷിച്ചു കൊണ്ടുള്ള വിദ്യയായിരുന്നു. അതയാൾക്കു നെല്ലായും അരിയായും മറ്റും കിട്ടിക്കൊണ്ടിരുന്നു.

അങ്ങനെയിരിക്കുമ്പോൾ ഒരുനാൾ അയാൾക്ക് ദൂരെയുള്ള തന്റെ ബന്ധുവീട്ടിലേക്ക് പോകേണ്ടിവന്നു. പിന്നീടയാൾ തിരിച്ചു വരുന്നത് മാസങ്ങൾക്കുശേഷമാണ്. ബന്ധുവീട്ടിൽനിന്നും തിരി ച്ചുവന്ന കുട്ടൻ തന്റെ സാമ്പത്തിക ഞെരുക്കം കാരണം പഴയതു പോലെ ജൻമിയുടെ മകളെ കാണാൻ തീരുമാനിച്ചു. മനക്കോട്ട പലതും കെട്ടി ജൻമിയുടെ വീട്ടിലെത്തിയപ്പോൾ വെറ്റില മുറുക്കി ക്കൊണ്ട് പൂമുഖത്തു തന്നെയുണ്ട് കാർണ്ണവർ. തോളിലെ തോർ ത്തെടുത്ത് അരയ്ക്കു കെട്ടി, കുട്ടൻ വളഞ്ഞു നിന്നു വണങ്ങി. എന്താ വന്നതെന്ന ചോദ്യഭാവത്തിൽ കാർണ്ണവർ നീട്ടിയൊന്നു മൂളി, 'ങ്ും..?'

കുട്ടൻ പരുങ്ങലിലായി. വന്ന കാര്യം പറഞ്ഞാൽ അകത്തുള്ള കുഞ്ഞിന് വഴക്കുറപ്പാണ്. പറഞ്ഞില്ലെങ്കിൽ കാർണ്ണവർ അന്വേ ഷണം ഏർപ്പാടാക്കും. നിമിഷങ്ങൾ കഴിഞ്ഞു. എന്താ. ചോദിച്ചതു കേട്ടില്ലന്നുണ്ടോ? കാർണ്ണവരുടെ കടുപ്പിച്ചുള്ള ചോദ്യം കേട്ടപ്പോൾ കുട്ടൻ അറിയാതെ പറഞ്ഞു പോയി.

'ഇവിടുത്തെ കുഞ്ഞിനെ കണ്ടിട്ട് ഒത്തിരി നാളായേ. അതിന്റെ മുഖം കാണുന്നതുതന്നെ ഒരൈശ്വര്യമാണേ. എപ്പോ നോക്കിയാലും ചന്ദ്രനുദിച്ചുവരുമ്പോലല്ലേ'

'ബ്ഭാ,എരപ്പേ' കാർന്നോരുടെ നീട്ടിയുള്ള ഒരാട്ടാണു പിന്നീടു കേട്ടത്. അത് അകത്തുള്ളവരും കേട്ടു. അതിനിടയിൽ കാർണ്ണവ രുടെ വായിൽ നിന്നും തെറിച്ചുവീണ താംബൂല ചർവ്വിതങ്ങളാൽ

കുട്ടന്റെ ദേഹത്തു വികൃതചിത്രങ്ങൾ രൂപംകൊണ്ടു.

കാർണ്ണവരുടെ ആട്ടിന്റെ ശക്തിയിൽ പേടിച്ചു പുറകോട്ടു മലച്ചുപോയ കുട്ടൻ കാര്യമറിയാതെ അന്ധാളിച്ചുനിന്നപ്പോൾ അരയിലെ തോർത്തഴിഞ്ഞു പോയിരുന്നു. അതു വാരിയെടുത്തു മുഖവും ദേഹവും തുടയ്ക്കുന്നതിനിടയിൽ അയാൾ ആ കാഴ്ച കണ്ടു. വസൂരിക്കലകളാൽ വികൃതമായ മുഖവുമായൊരു പെൺകുട്ടി പൂമുഖവാതിലിൽ എത്തി നോക്കുന്നു. അതു ജൻമിയുടെ മകളായിരുന്നു. കുട്ടൻ ബന്ധുവീട്ടിൽ പോയിരുന്ന നാളുകളിൽ ജന്മിയുടെ മകൾക്ക് വസൂരി പിടിപെട്ട കാര്യമൊന്നും അയാൾ അറിഞ്ഞിരുന്നില്ല.

ആ സംഭവത്തിനുശഷം ജൻമിയാണ് ഐശ്വര്യക്കുട്ടനെന്ന വട്ടപ്പേരു കുട്ടനു കൽപ്പിച്ചു നൽകിയത്. കഥയറിഞ്ഞ ദോഷൈകദൃക്കുകളായ നാട്ടുകാർ എരപ്പക്കുട്ടനെന്നു മറ്റൊരു വട്ടപ്പേരു കൂടി കുട്ടനു ചാർത്തിക്കൊടുത്തു. മറ്റുള്ളവരുടെ മുന്നിൽ ഏറെ മുഖസ്തുതി പറയുന്നവർ ചിലപ്പോൾ അബദ്ധത്തിൽപ്പെട്ടേക്കാം എന്നൊരു മുന്നറിയിപ്പ് ഈ അമ്മൂമ്മക്കഥയിൽ ഒളിഞ്ഞിരിപ്പുണ്ട്.

അടുപ്പം (Intimacy)

കഴിഞ്ഞ ക്ലാസ്സിൽ പ്ലാസ്റ്റിക് സ്ട്രോക്കിനെ പറ്റിയാണ് പറഞ്ഞിരുന്നത്. പ്ലാസ്റ്റിക് സ്ട്രോക്കുകളുമായി നടക്കുന്ന ആളുകൾക്ക് എന്തായിരിക്കും സംഭവിക്കുന്നതെന്ന് ഇവിടെ ആർക്കെങ്കിലും പറയാമോ?

'ഒന്നുകിൽ എരപ്പയാകും അല്ലെങ്കിൽ ഐശ്വര്യക്കാരനാകും'

അത്, കഴിഞ്ഞ ക്ലാസ്സിൽ ഞാൻ പറഞ്ഞ കഥയിലെ കുട്ടന്റെ വട്ടപ്പേരുകളല്ലേ. എന്താണാ കഥയുടെ സാരാംശമെന്നു പറയൂ.

പ്ലാസ്റ്റിക് സ്ട്രോക്കുകൾ കൊടുക്കുന്നവരോട് മറ്റുള്ളവർക്ക് വലിയ അടുപ്പം ഉണ്ടാകില്ല ടീച്ചർ.

എങ്കിൽ അടുപ്പം ഉണ്ടാക്കാനുള്ള വഴി എന്താണെന്ന് നമുക്ക് നോക്കാം. അതിനു പറ്റിയ ഏറ്റവും നല്ല മാർഗ്ഗം പോസിറ്റീവായ ഫിസിക്കൽ സ്ട്രോക്കുകൾ നൽകലാണ്.

അപ്പോൾ, നെഗറ്റീവായ ഫിസിക്കൽ സ്ട്രോക്കുമുണ്ടോ ടീച്ചർ?

അതു പിന്നീട് പറയാം. എല്ലാവിധ സ്ട്രോക്കുകളിലും പോസിറ്റീവും നെഗറ്റീവും ഉണ്ടെന്ന് ഇപ്പോൾ അറിയുക. നമുക്ക് ഏറ്റവും അത്യാവശ്യമായ സമയങ്ങളിലെല്ലാം വാക്കാലും പ്രവൃത്തിയാലും നല്ല അനുഭവങ്ങൾ സമ്മാനിക്കുന്ന വ്യക്തികളോട് തോന്നുന്ന ഒരു വികാരം ഇല്ലേ, അതുതന്നെയാണ് ഇന്റിമസി അഥവാ അടുപ്പം. എനിക്ക് അയാളോട് അല്ലെങ്കിൽ അവളോട് വല്ലാത്ത ഒരടുപ്പം തോന്നുന്നു എന്ന് ജീവിതത്തിൽ ചിലപ്പോഴെങ്കിലും നമ്മൾ ആരേപ്പറ്റിയെങ്കിലും പറഞ്ഞിട്ടുണ്ടാകും, ഇല്ലേ?

അതെന്താണെന്ന് വിശകലനം ചെയ്യുമ്പോൾ, ഇന്റിമസി വന്നുചേരുന്ന വഴികളേയും അതിനിടയാക്കുന്ന കാരണങ്ങളേയും അടുത്തറിയാൻ കഴിയും. അങ്ങനെ അന്വേഷിക്കുമ്പോൾ ചെന്നെ

ത്തുന്നത് മനുഷ്യനും മനുഷ്യനും തമ്മിലുള്ള സഹകരണ പ്രവർത്തനങ്ങളിലേക്കാണ്, വികാരങ്ങളുടെ കൊടുക്കൽ വാങ്ങലുകളിലേക്കാണ്. എന്നാൽ ഇന്ന് പല വീടുകളിലും ഈ കൊടുക്കൽ വാങ്ങലുകളില്ല. പകരം അവിടെ എപ്പോഴും അച്ഛനമ്മമാർ തങ്ങളുടെ മക്കളേപ്പറ്റി ആശങ്കപ്പെട്ടുകൊണ്ടിരിക്കുന്നു.

'ഇവർ ആവശ്യപ്പെടുന്നതെല്ലാം വാങ്ങിക്കൊടുക്കുന്നില്ലേ? ഇവർക്കെന്തിന്റെ കുഴപ്പമാണിവിടെ? ഞങ്ങളുടെ കുട്ടിക്കാലത്ത് അനുഭവിക്കാൻ കഴിയാത്തതെല്ലാം ഇവർക്കായി വാങ്ങി കൊടുക്കുന്നില്ലേ?പിന്നെന്താണിവർക്കു പഠിച്ചാൽ' എന്നിങ്ങനെയുള്ള ചോദ്യങ്ങളാൽ സംഘർഷഭരിതവും ആശങ്ക നിറഞ്ഞതു മാണ് എപ്പോഴും ഈ അച്ഛനമ്മമാരുടെ മനസ്സ്. ഞങ്ങൾക്കനുഭവി ക്കാൻ കഴിയാഞ്ഞതെല്ലാം ഞങ്ങളുടെ മക്കൾക്കു നൽകുന്നു എന്ന വിചാരത്തിൽ പ്രവർത്തിക്കുന്ന അച്ഛനമ്മമാരോട്, ഒരു ഡ്രസ്സു വാങ്ങിത്തരാൻ കുട്ടികൾ പറഞ്ഞാൽ രണ്ടെണ്ണം വാങ്ങിക്കൊടുക്കും. അങ്ങനെയല്ല വേണ്ടത്. വീട്ടിലെ ചെലവുകൾ നടത്തുന്നതിനാവശ്യമായ പണം ഉണ്ടാക്കുന്നതിന്റെ ബുദ്ധിമുട്ടുകൾ കുട്ടികളുംകൂടി അറിഞ്ഞിരിണം. അതിനു പകരം കുട്ടികളെ യാതൊന്നുമറിയിക്കാതെ അവരുടെ ഇഷ്ടങ്ങൾക്കനുസരിച്ച് ആഡംബര വസ്തുക്കൾ കടം പേറിയിട്ടാണങ്കിലും വാങ്ങിക്കൊടുക്കുകയാണു പതിവ്. പ്രായപൂർത്തി ആകാത്ത മകന്റെ ആത്മഹത്യാഭീഷണിക്കു മുമ്പിൽ അടിയറവു പറഞ്ഞ് വസ്തുവിന്റെ ആധാരം പണയംവച്ച് വില കൂടിയ ബൈക്കു വാങ്ങിക്കൊടുത്ത കഥ ഞാൻ മുമ്പൊരു ക്ലാസ്സിൽ പറഞ്ഞത് ഓർക്കുന്നുണ്ടല്ലോ. ഇങ്ങനെയുള്ള ആഗ്രഹങ്ങൾ സാധിച്ചുകൊടുക്കുന്നതിലൂടെ കുട്ടികളെ യാഥാർത്ഥ്യങ്ങളിൽ നിന്ന് അകന്നു ജീവിക്കാൻ മാതാപിതാക്കൾ പ്രേരിപ്പിക്കുകയാണ്. അവരുടെ ആവശ്യങ്ങൾ കൂടുകയും അതു നിറവേറ്റാൻ മാതാപിതാക്കൾക്ക് കഴിയാതെ വരുകയും ചെയ്യുമ്പോൾ അവർ അതിനായി ഏതെങ്കിലും അവിഹിതമാർഗ്ഗങ്ങൾ തേടിപ്പോയേക്കാം. അതിനാൽ ലഭ്യമായ സാഹചര്യങ്ങളിൽ സന്തോഷം കണ്ടെത്തി ജീവിക്കാൻ കുട്ടികളെ പഠിപ്പിക്കേണ്ടത് ജീവിതത്തിൽ മനസ്സമാധാനം ആഗ്രഹിക്കുന്ന ഒരോ മാതാപിതാക്കളുടെയും കടമയും ഉത്തരവാദിത്വവുമാണ്.

എന്റെ വീട്ടിൽ നിന്നും കുറച്ച് അകലെയായി, എട്ടാം ക്ലാസിൽ പഠിക്കുന്ന, ഒരു കുട്ടി കോൺട്രാക്റ്ററായ അച്ഛനോട് ഫോൺ വേണ

മെന്ന് പറഞ്ഞപ്പോൾ, കുട്ടിക്ക് തന്നോടു കൂടുതൽ സ്നേഹം ഉണ്ടാകട്ടെ എന്നു വിചാരിച്ചായിരിക്കും അച്ഛൻ ഇരുപതിനായിരം രൂപയുടെ മൊബൈൽഫോണാണു അന്നു വാങ്ങിക്കൊടുത്തത്. കുട്ടി അകലെയുള്ള ഹോസ്റ്റലിൽ താമസിച്ച് പഠിക്കുന്നതിനാൽ അത്യാവശ്യ കാര്യങ്ങൾ അറിയാനും അറിയിക്കാനുമാണ് ഫോൺ വാങ്ങിക്കൊടുത്തതെന്നു പറഞ്ഞ് അതിനെ ന്യായീകരിക്കാൻ കഴിയില്ല. കാരണം, ഈ കുട്ടിയുടെ സ്ക്കൂളും വീടും തമ്മിലുള്ള അകലം ഒരു കിലോമീറ്റർ പോലുമില്ല. പഠനം ഉയർന്ന ക്ലാസുകളിലേക്ക് എത്തുംതോറും ആർഭാടജീവിതത്തിനായി കുട്ടിയുടെ ആവശ്യങ്ങളും വർദ്ധിച്ചു. എഴുപത്തഞ്ചു കിലോമീറ്റർ അകലെയുള്ള എൻജിനീയറിംഗ് കോളേജിൽ അഡ്മിഷൻ കിട്ടിയപ്പോൾ അവിടെ ഹോസ്റ്റലിൽ താമസിക്കാതെ ദിവസവും പോയിവരാൻ ബുള്ളറ്റ് ബൈക്ക് വേണമെന്നു ശാഠ്യം പിടിച്ചു. ഉടൻ അത് വാങ്ങിക്കൊടുത്തു. കാലദൂതനായ 'ഡ്യൂക്ക്' അന്നു നിരത്തിൽ ഇറങ്ങിയിട്ടില്ലായിരുന്നു. ഉണ്ടായിരുന്നെങ്കിൽ അതു വാങ്ങിക്കൊടുക്കുമായിരുന്നു. കാരണം തന്റെ മകൻ മറ്റാരിൽനിന്നും ഒട്ടും പിന്നിലാകാൻ പാടില്ലെന്ന വികലമായ ചിന്തയാണ് ഇങ്ങനെയുള്ളവരെ ഭരിക്കുന്നത്. കുറേ കഴിഞ്ഞപ്പോൾ ബുള്ളറ്റ് ബൈക്കിന് ഡീസൽ എൻജിൻ ഫിറ്റു ചെയ്യണമെന്നായി ഡിമാന്റ്. അതും സാധിച്ചു കൊടുത്തു. ഒടുവിൽ ഒരു കണ്ടെയിനർ ലോറിക്കടിയിൽപ്പെട്ട് ആ മകന്റെ ജീവിതം അകാലത്തിൽ അവസാനിച്ചു. മക്കൾക്ക് മാതാപിതാക്കളോടുള്ള ഇൻന്റിമസി കൂട്ടാൻ വേണ്ടി ഒരോന്നു ചെയ്തു കൂട്ടി ദുരന്തങ്ങൾ ഏറ്റുവാങ്ങി ജീവിതം അവസാനിപ്പിക്കുന്നവരുടെ എണ്ണം നാൾക്കുനാൾ ഏറുകയാണ്.

വേറെ ചില അച്ഛനമ്മമാരുണ്ട്. അവർക്ക് സമയമില്ല കുഞ്ഞുങ്ങളെ ശ്രദ്ധിക്കാൻ. അതിനായി സമയം കണ്ടെത്തുന്നതുമില്ല. കുഞ്ഞുങ്ങൾ എന്താവശ്യപ്പെട്ടാലും അവർ അതിനുള്ള പണമാണ് കുഞ്ഞുങ്ങളെ ഏൽപ്പിക്കുന്നത്. കൈകാര്യംചെയ്യാൻ പ്രാപ്തിയില്ലാത്ത പ്രായത്തിൽ കയ്യിലെത്തുന്ന പണം പലപ്പോഴും ദുരുപയോഗം ചെയ്യാൻ കുഞ്ഞുങ്ങൾക്ക് അവസരമുണ്ടാക്കും. സാധനങ്ങൾ സമ്മാനിച്ചുകൊണ്ട് ഉണ്ടാക്കിയെടുക്കാമെന്നു വിചാരിക്കുന്ന ഇന്റിമസിക്ക് ചെറിയൊരു കാലയളവിലേക്കു മാത്രമേ നിലനിൽപ്പുള്ളൂ എന്നു മനസ്സിലാക്കണം. കുട്ടികൾ ആവശ്യപ്പെടുന്നതെല്ലാം വാങ്ങിക്കൊടുക്കാൻ ചിലപ്പോൾ കഴിഞ്ഞെന്നു വരില്ല.

അങ്ങനെ കിഴിയുന്നില്ലെങ്കിൽ, അതിന്റെ കാരണങ്ങൾ സൗമ്യമായി പറഞ്ഞ് അവരെ ബോധ്യപ്പെടുത്തണം. ചിലപ്പോൾ പണത്തിന്റെ ദൗർലഭ്യമാകാം. മറ്റുചിലപ്പോൾ ആവശ്യപ്പെടുന്ന വസ്തു തൽക്കാലം ആവശ്യമില്ലാത്തതായിരിക്കാം. അല്ലെങ്കിൽ ഏതെങ്കിലുംവിധത്തിൽ അതു കുട്ടിക്കു ദോഷമുണ്ടാക്കുന്നതുമാകാം. കാരണമെന്തായാലും അതു കുഞ്ഞുങ്ങൾ അറിഞ്ഞുതന്നെ വളരണം. അതിനായി നമ്മൾ അവരുടെ മാനസിക തലത്തിലേക്ക് ഇറങ്ങി ചിന്തിക്കണം. അവരുടെ ആവശ്യങ്ങൾ കാരണം പറയാതെ ഒരിക്കലും നിഷേധിക്കരുത്. ഇങ്ങനെയൊന്നും ചെയ്യാതെ 'എല്ലാം വാങ്ങിക്കൊടുത്തിട്ടും പഠിക്കുന്നില്ല' എന്നു വേവലാതിപ്പെട്ടിട്ടു കാര്യമില്ല.

കുട്ടികൾ ആവശ്യപ്പെടുന്നതെന്തും വാങ്ങിക്കൊടുക്കുന്നു എന്നവകാശപ്പെടുമ്പോഴും ഒന്നുമാത്രം ഇക്കൂട്ടർ കൊടുക്കുന്നില്ലെന്ന കാര്യം അവർ മറന്നുപോകുന്നു. അതുവാങ്ങി കൊടുക്കാൻ പറ്റുന്ന സാധനവുമല്ല. അത് അവർതന്നെ ഉണ്ടാക്കിയെടുക്കേണ്ടതാണ്. അതാണ് ഇന്റിമസി അഥവാ അടുപ്പം. ആവശ്യപ്പെടുന്നതെല്ലാം വാങ്ങിക്കൊടുക്കാൻ പറ്റിയില്ലെങ്കിലും കുട്ടികൾക്ക് ഇന്റിമസി കൊടുക്കാൻ മറക്കരുത്.'

'അലിവോടുകൂടിയുള്ളൊരു നോട്ടം, ഒരുതലോടൽ, ഒരുമ്മ, ഒരാശ്ലേഷം, സന്തോഷമുണ്ടാക്കുന്ന കൊച്ചുകൊച്ചു സംഭാഷണങ്ങൾ, വല്ലപ്പോഴും എല്ലാവരുമായി പുറത്തേക്കൊരു അലസസഞ്ചാരം. ഇത്രയൊക്കെ മതി. അതു കൊടുക്കേണ്ട സമയത്ത് കൊടുക്കേണ്ട വിധത്തിൽതന്നെ കൊടുക്കുകയും വേണം. അതാണു പ്രധാനം. പക്ഷേ, പല വീടുകളിലും ഇതില്ല. ഓരോരുത്തരും ഓരോരോ തുരുത്തിലാണ്. എല്ലാവരും ഒരേ സമയത്ത് ആഹാരം കഴിക്കാൻ എത്തുന്ന പതിവില്ല. എത്തിയാൽതന്നെ മിണ്ടാതിരുന്ന് ആഹാരം കഴിക്കും. എന്നിട്ട് അവനവന്റെ മുറിയിലേക്ക് തിരിച്ചുപോകും. ചിലയിടങ്ങളിൽ ഇതുമില്ല, ആഹാരവുമായി നേരേ അവരവരുടെ മുറികളിലേക്കു പോകും. എല്ലാവരും കൂടിയിരുന്നുള്ള ഭക്ഷണവേളകളെ അന്നന്നുള്ള വിശേഷങ്ങൾ പറയാനായി വിനിയോഗിച്ചാൽത്തന്നെ ആ സ്നേഹ സംഭാഷണങ്ങൾ ബന്ധങ്ങളെ കുറെയൊക്കെ ഊഷ്മളമാക്കാൻ സഹായിക്കുന്നതാണ്. കുടുംബാംഗങ്ങൾ ഒന്നിച്ചിരുന്നു ഭക്ഷണം കഴിക്കുന്ന വേളയിൽ സംസാരിക്കാൻ പാടില്ലെന്നു, പരമ്പരാഗത

ആചാരമര്യാദകളുടെ പേരിൽ, വാശിപിടിക്കുന്നവർ എവിടെയുമുണ്ട്. അത് ഗൗരവമായി എടുക്കേണ്ടതില്ല.

'എല്ലാ മനുഷ്യരും ജീവിതകാലം മുഴുവനും ഇന്റിമസി ആഗ്രഹിക്കുന്നവരാണ്. നാമതു കൊടുക്കാൻ ശ്രമിക്കുകയാണെങ്കിൽ മരണംവരെ ആ ഇന്റിമസി നിലനിൽക്കും. അതിനാൽ അച്ഛനമ്മമാർക്കായാലും മക്കൾക്കായാലും, അതല്ല ഭാര്യാഭർത്താക്കന്മാർ തമ്മിലിയാലും ഇന്റിമസി കൊടുക്കാൻ മറക്കരുത്'

ഇതിന്റെ കൊടുക്കൽ വാങ്ങലുകളിലൂടെയാണ് ദൃഢമായ ഹൃദയബന്ധങ്ങൾ ഉണ്ടാകുന്നത്.

ടീച്ചർ പറഞ്ഞു നിർത്തുമ്പോൾ ഒരു സംശയവുമായി കല്യാണി കൈയുയർത്തി.

'മനുഷ്യനും മനുഷ്യനും തമ്മിലുള്ള സഹകരണ പ്രവർത്തനങ്ങളിലൂടെയാണ് അടുപ്പം ഉടലെടുക്കുന്നതെന്ന് ടീച്ചർ പറഞ്ഞു. ഈ സഹകരണ പ്രവർത്തനങ്ങളെ കുറേക്കൂടി വിശാലമായി പരിചയപ്പെടുത്താമോ'

ഏതെല്ലാം വഴികളിലൂടെയാണ് ഇന്റിമസി വന്നുചേരുന്നതെന്ന് അറിയാൻ വേണ്ടിയാണ് കല്യാണിയുടെ ചോദ്യമെന്നു ഞാൻ മനസ്സിലാക്കുന്നു. രണ്ടു വ്യക്തികൾ തമ്മിൽ നടത്തുന്ന സംഭാഷണങ്ങളുടേയും പ്രവർത്തനങ്ങളുടേയും വൈവിധ്യതക്കനുസൃതമായ അടുപ്പമാണ് അവർക്കിടയിൽ ഉണ്ടാകുന്നത്. അവ ഓരോന്നായി പറയാം.

1) ലൈംഗികാടുപ്പം (sexual intimacy)

രണ്ടു വ്യക്തികൾ തമ്മിൽ ഇന്ദ്രിയ വൈകാരിക സംതൃപ്തി പങ്കിടുമ്പോൾ അവർക്കിടയിൽ ഉണ്ടാകുന്ന അടുപ്പമാണിത്.

2) മാനസികാടുപ്പം (Mind intimacy)

ഒരു വിഷയത്തിൻമേൽ രണ്ടു വ്യക്തികൾ സമാന ചിന്തകളും വികാരങ്ങളും പ്രകടിപ്പിക്കുമ്പോൾ അവർക്കിടയിൽ ഉണ്ടാകുന്നതാണ് ഈ അടുപ്പം.

3) പ്രതിബദ്ധതാടുപ്പം (Commitment Intimacy)

ചില സമയങ്ങളിൽ മാതാപിതാക്കൾ മക്കൾക്കുവേണ്ടി ഒരുമിച്ചു നിൽക്കാനും ദൃഢമായ സ്നേഹബന്ധങ്ങൾ നിലനിർത്താനും പ്രതിജ്ഞാബദ്ധരാണ്. ഈ സ്നേഹം വികാരങ്ങൾക്കപ്പുറം കരുണയിലും ഉത്തരവാദിത്വത്തിലും ഊന്നിയിട്ടുള്ള അടുപ്പം മാത്രമാണ്.

ഈ അടുപ്പത്തിനെയാണ് Commitment intimacy എന്നു പറയുക.

4) വൈകാരികയടുപ്പം (Emotional intimacy)

വാക്കാലുള്ളതും അല്ലാത്തതുമായ എല്ലാ വികാരങ്ങളും പങ്കുവയ്ക്കുന്നതിലൂടെ ഉണ്ടാകുന്ന ആഴത്തിലുള്ള അടുപ്പമാണ് Emotional intimacy.

5) ആശയവിനിമയാടുപ്പം (Communication intimacy)

സത്യസന്ധരായിരുന്നുകൊണ്ട് രണ്ടുപേർ തമ്മിൽ ക്രിയാത്മകമായ പ്രതികരണങ്ങൾ നൽകുന്നതിലൂടെ അവർ ഉണ്ടാക്കിയെടുക്കുന്ന അടുപ്പമാണ് Communication intimacy.

6) ജോലിസംബന്ധമായ അടുപ്പം. (Work intimacy)

രണ്ടുപേർ പരസ്പരം പിന്തുണച്ചുകൊണ്ട് ജോലിയിലെ ഉത്തരവാദിത്വങ്ങൾ പങ്കുവയ്ക്കുമ്പോൾ അവർക്കിടയിൽ ഉണ്ടാകുന്ന അടുപ്പമാണ് Work intimacy.

7) ആത്മീയാടുപ്പം (Spiritual intimacy) സ്നേഹത്തിന്റേയും ത്യാഗത്തിന്റേയും അർത്ഥതലങ്ങൾ പരസ്പരം ചർച്ചചെയ്യുന്നതിലൂടെയും തത്വചിന്തകളും മതപരമായ അനുഭവങ്ങളും പരസ്പരം പങ്കിടുന്നതിലൂടെയും ഉണ്ടാക്കിയെടുക്കുന്ന അടുപ്പമാണ് Spiritual intimacy.

8) ബൗദ്ധികമായ അടുപ്പം (Intellectual intimacy)

രണ്ടു പേർ തമ്മിൽ ചിന്തകളും ആശയങ്ങളും പങ്കുവെച്ചുകൊണ്ട് അവരുടെ അഭിപ്രായങ്ങൾ തമ്മിലുള്ള സമാനതകളും വ്യത്യാസങ്ങളും ആസ്വദിക്കുമ്പോൾ താനേ വന്നുഭവിക്കുന്നതാണ് Intellectual intimacy.

9) സൃഷ്ടിപരമായ അടുപ്പം (Creative intimacy)

പരസ്പരം കുറ്റം പറയാതെ, അന്യോന്യം മാറ്റിയെടുക്കാൻ ശ്രമിക്കാതെ, പ്രവൃത്തികൊണ്ടും സംസാരംകൊണ്ടും പരസ്പരം വളരാൻ സഹായിക്കുന്നവർക്കിടയിൽ വന്നുചേരുന്ന അടുപ്പമാണ് Creative intimacy.

10) വിനോദപരമായ അടുപ്പം (Recreational intimacy)

മറ്റൊരാളുമായി ചേർന്ന് ചെയ്യാൻ ഇഷ്ടപ്പെടുന്ന കായിക, വിനോദപരമായ കാര്യങ്ങൾ കണ്ടെത്തി അതിൽ സജീവമായി ഒരുമിച്ചു സമയം ചെലവഴിക്കുമ്പോൾ ഉണ്ടാകുന്ന അടുപ്പമാണ് Recreational intimacy.

11) സൗന്ദര്യാത്മകമായ അടുപ്പം (Aesthetic intimacy)

നൃത്തം, ആയോധന കലകൾ തുടങ്ങിയവ ഏതെങ്കിലും അതിന്റെ സൗന്ദര്യം ഒട്ടും ചോർന്നു പോകാതെ രണ്ടുപേർ ചേർന്നു പ്രകടിപ്പിക്കുമ്പോഴോ ഒരാൾ മറ്റൊരാളിൽനിന്നു പകർത്തുമ്പോഴോ ആ മനോഹാരിതയിൽ അവർക്കിടയിൽ ഉണ്ടാകുന്ന അടുപ്പമാണ് Aesthetic intimacy.

12) പ്രതിസന്ധിയിലൂടെ ഉണ്ടാകുന്ന അടുപ്പം (Crisis intimacy)

ആരെങ്കിലും ഒരാൾ നമ്മുടെ ജീവിതത്തിലെ വലുതും ചെറുതുമായ ദുരന്തങ്ങളിൽ നമ്മോടൊത്തുനിന്ന് നമ്മുടെ വേദനയും പ്രശ്നങ്ങളും ഉൾക്കൊണ്ടു സഹായിക്കുമ്പോൾ അവരോട് നമുക്കുണ്ടാകുന്ന ഒരു അടുപ്പമാണ് Crisis intimacy.

വൈവിധ്യമാർന്ന പ്രവർത്തികളിലൂടെയെല്ലാം Intimacy കടന്നുവരുമെങ്കിലും ആ ഹൃദയബന്ധങ്ങൾക്കെല്ലാം ഒരേ സ്വഭാവമോ തീവ്രതയോ ആയിരിക്കില്ലെന്ന കാര്യം കല്യാണിക്കും മറ്റെല്ലാവർക്കും മനസിലായിക്കാണുമെന്നു കരുതുന്നു.

അവഗണന (Stroke Discounting)

മറ്റുള്ളവരുടെ നേട്ടങ്ങളെയും കഴിവുകളെയും അംഗീകരിക്കുന്നത് ചിലർക്ക് വിമ്മിട്ടമുണ്ടാക്കുന്ന കാര്യമാണ്. അതിനെ വിലകുറച്ച് കാണുക എന്നത് അവരുടെ ശീലമാണ്. അതിനവരെ കുറ്റം പറഞ്ഞിട്ടു കാര്യമില്ല. അവരുടെ ചെറുപ്രായത്തിൽ മാതാപിതാക്കളിൽ നിന്നും ഉണ്ടായ അനുഭവങ്ങളിലൂടെ തലച്ചോറിൽ ഏറ്റുവാങ്ങിയ രേഖപ്പെടുത്തലുകളാണ് ഈ സ്വഭാവത്തിനു കാരണം.

അഞ്ചാംക്ലാസ്സിൽ പഠിക്കുന്ന മകൻ സ്കൂളിൽ നിന്നെത്തുന്നതുംകാത്ത് എന്റെ തൊട്ടടുത്ത വീട്ടിലെ ചേച്ചി ഒരു വൈകുന്നേരം വീട്ടുമുന്നിൽ നിൽക്കുകയായിരുന്നു. വീട്ടുപടിക്കൽ വന്നുനിന്ന സ്കൂൾബസ്സിൽനിന്നും കയ്യിലൊരു ട്രോഫിയുമായി ഇറങ്ങിവന്ന മകൻ ഓടിവന്ന് അമ്മയെ കെട്ടിപ്പിടിച്ചു.

'അമ്മേ, ദാ കണ്ടോ, പടം വരച്ചതിന് എനിക്കു കിട്ടിയതാ, ഞാനാ ഫസ്റ്റ്'

അവൻ അമ്മയുടെ നേരെ ട്രോഫി നീട്ടി. അമ്മയതു വാങ്ങിയിട്ട് അവനൊരുമ്മ കൊടുത്തു.

'വൈകിട്ട് അച്ഛന്റെ മുന്നിൽ നമുക്കിതൊരു സർപ്രൈസ് ആക്കണം മോനേ'

അതു പറഞ്ഞുകൊണ്ട് അവർ മകനുമായി വീട്ടിലേക്കു കയറിപ്പോയി. എന്റെ വീട്ടുമുറ്റത്തു നിന്നുകൊണ്ട് ഞാനിതെല്ലാം കാണുകയും കേൾക്കുകയും ചെയ്യുന്നുണ്ടായിരുന്നു. ഞങ്ങളുടെ വീടുകൾ അടുത്തടുത്ത് ഒരു മതിലിനിരുപുറവുമായിട്ടാണുള്ളത്.

തടിമില്ലിലെ പണിയും കഴിഞ്ഞ് കുട്ടിയുടെ അച്ഛനെത്തുമ്പോൾ സമയം സന്ധ്യ ആകാറായി. അപ്പോൾ ഞാനും ആ വീട്ടിൽ

ഉണ്ടായിരുന്നു. വന്നു കയറിയപ്പോൾതന്നെ 'ദേ നിങ്ങളറിഞ്ഞോ നമ്മുടെ മോന് ട്രോഫി കിട്ടി' അതെടുത്തുകാട്ടിക്കൊണ്ട് അമ്മ പറഞ്ഞു. അയാൾ ഒന്നു മൂളി. വീണ്ടും അമ്മ പറഞ്ഞു

'പടം വരച്ചതിനു ഫസ്റ്റ് കിട്ടിയെന്നേ' അച്ഛൻ അപ്പോഴും ഒന്നു മൂളി,അത്രതന്നെ. പിന്നീട് അകത്തേക്കു കയറിപ്പോയി. മകന്റെ മുഖത്തെ തെളിച്ചമെല്ലാം പെട്ടെന്നു മാഞ്ഞു, നിരാശയിൽ അതു വിളറിവെളുത്തു.

എന്താണീ വിളർച്ചക്കു കാരണം?

മകന്റെ നേട്ടത്തിന് അച്ഛൻ വേണ്ടത്ര പ്രാധാന്യം കൽപ്പിച്ചില്ല, അതിനു വേണ്ടത്ര പ്രാധാന്യം കൽപ്പിക്കാതെ വിലകുറച്ചു കണ്ടു കൊണ്ടാണ് അച്ഛൻ അകത്തേക്കു കയറിപ്പോയത്. ഇതിനെ യാണു 'സ്ട്രോക്ക് ഡിസ്കൗണ്ടിങ്' എന്നു പറയുന്നത്. ഉത്സവ സീസണുകളിൽ സാധനങ്ങൾ വിലകുറച്ചു വിൽക്കുന്നതിനെ ഡിസ്കൗണ്ട് സെയിൽസ് എന്നല്ലേ പറയുക? അതുതന്നെയാണ് ഇതും.

കച്ചവടത്തിൽ ഡിസ്കൗണ്ട് ശതമാനം അഞ്ച് പത്ത് ഇരുപത് എന്നിങ്ങനെ പറയുന്നതുപോലെ സ്ട്രോക്ക് ഡിസ്ക്കൗണ്ടിങ്ങിലും കൂടിയും കുറഞ്ഞുമുള്ള പല നിരക്കുകളുണ്ട്.

ഒരാളിന്റെ ഉയർച്ചയിലും നേട്ടത്തിലും അസൂയാലുവായിട്ട് അതിനേപ്പറ്റി മോശമായി മറ്റുള്ളവരോടു പറയുക. കഷ്ടപ്പെട്ടു പഠിച്ചു നേടിയെടുത്ത ഉന്നത വിജയം കാശുകൊടുത്തു വാങ്ങിയതാ ണെന്നു പറഞ്ഞുപരത്തുക. മറ്റുള്ളവരുടെ നേട്ടങ്ങളെ അംഗീകരി ക്കാതിരിക്കുക അല്ലെങ്കിൽ വിശ്വസിക്കാതിരിക്കുക. അന്യരുടെ നേട്ടങ്ങളിൽ കുറവുകൾ മാത്രം കണ്ടെത്തുക. മറ്റുള്ളവരുടെ വിജയ ങ്ങളേയും നേട്ടങ്ങളേയും അറിഞ്ഞതായി ഭാവിക്കാതിരിക്കുക. ഇതെല്ലാംതന്നെ പല നിരക്കിലുള്ള സ്ട്രോക്ക് ഡിസ്ക്കൗണ്ടിങ്ങു കളാണ്.

ഇതുപോലെയുള്ള സ്ട്രോക്ക് ഡിസ്കൗണ്ടിംഗ് അനുഭവങ്ങൾ മറ്റുള്ളവരിൽനിന്നും ഒരാൾക്കുണ്ടാകുമ്പോൾ തകർന്നു പോകുന്നത് അയാളുടെ സന്തോഷവും ആത്മവിശ്വാസവുമാണ്. തൽഫലമായി തുടർന്നുപ്രവർത്തിക്കാനുള്ള ആഗ്രഹവുമില്ലാതാകും. ഉൽപ്പതി ഷ്ണുക്കളിൽ നിന്നും ഊർജ്ജം ചോർത്തിക്കളഞ്ഞ് അവരെ മുരടിപ്പിക്കുവാനായി ഇത്തരം സ്ട്രോക്കുകൾ നൽകുന്നവർ ഭീകര ൻമാരാണ്.

ഇതുവരെ പറഞ്ഞതിൽനിന്നും ചിലകാര്യങ്ങൾ നിങ്ങൾ ഗ്രഹിച്ചു കാണുമെന്ന് ഞാനൂഹിക്കുന്നു. ട്രോഫിയുമായി വന്നത് നിങ്ങളുടെ കുട്ടി ആയിരുന്നെങ്കിൽ എങ്ങനെ ഇതു കൈകാര്യം ചെയ്യുമായിരുന്നു? ഇവിടെയുള്ള അച്ഛൻമാരിൽ നിന്നും അമ്മമാരിൽ നിന്നും ഓരോരുത്തർ മുന്നോട്ടു വരണം. രമണിയും ജയരാജനും ആയിക്കൊള്ളട്ടെ. നമുക്കൊരു ലഘുനാടകം അരങ്ങേറാം. ഇവിടെ നിങ്ങൾ രമണിയും ജയരാജനുമല്ല, പകരം കുട്ടിയുടെ അച്ഛനമ്മമാരാണ്.

ഞാനാണ് ട്രോഫിയുമായി വരുന്ന മകൻ. നാരായണേട്ടൻ ഈ നാടകത്തിന്റെ സംവിധായകൻ. ഇത്രയും കാര്യങ്ങൾ സങ്കൽപ്പിക്കുക.

ശരി,എങ്കിൽ തുടങ്ങാം.

രംഗം ഒന്ന്

നാരായണൻ 'ആക്ഷൻ' പറയുമ്പോൾ കുട്ടി അമ്മയുടെ അടുത്തേക്കോടിവരുന്നു

കുട്ടി : അമ്മേ,ദാ കണ്ടോ എന്റെ ട്രോഫി

അമ്മ : എവിടുന്നാ മോനെ ഇതു്?

കുട്ടി : സ്കൂളിൽ പടം വരച്ചതിനു കിട്ടിയതാണമ്മേ

അമ്മ : ങാഹാ, കൊള്ളാലോ

കുട്ടി : എനിക്കാണമ്മേ ഫസ്റ്റ്

അമ്മ : അതേയോ, എങ്കിൽ വൈകിട്ട് അച്ഛൻ വരുമ്പോൾ നമുക്ക് ഇതുകൊണ്ടൊരു സർപ്രൈസ് കൊടുക്കാം.

അവിടെ നാരായണൻ അഭിനയത്തിനു 'കട്ട് 'പറഞ്ഞു.

രംഗം രണ്ട്

വീണ്ടും ആക്ഷൻ പറഞ്ഞപ്പോൾ

അച്ഛൻ പുറത്തു നിന്നും വീട്ടിലേക്കു കയറി വരുന്നു.

അമ്മ : ദേ, നിങ്ങളറിഞ്ഞോ നമ്മുടെ മോനു ട്രോഫി കിട്ടി.

അച്ഛൻ: ങാഹാ! ഇങ്ങുകൊണ്ടുവന്നേ, അച്ഛനൊന്നു കാണട്ടെ മോനേ. ഇതെന്തിനുള്ള ട്രോഫിയാ?

കുട്ടി : പടം വരച്ചതിനാണച്ഛാ, എനിക്കാ ഫസ്റ്റ് .

അച്ഛൻ: മോൻ മിടുക്കനല്ലേ,

അത്രയും ആയപ്പോൾ കട്ട്,കട്ട്, എന്നു പറഞ്ഞുകൊണ്ട് നാരായണൻ ഇടപെട്ടു.

'മിടുക്കനെല്ലേ എന്നു പറയുന്നതോടൊപ്പം അച്ഛൻ മകനെ എടുത്തു പൊക്കണം'

ഓർക്കാപ്പുറത്ത് ആർത്തലച്ചു പെയ്ത ചിരിയൊന്നു തോർന്നപ്പോൾ ടീച്ചർ മൂക്കിൻമേൽ വിരൽ വച്ചുകൊണ്ട് 'ഈ സംവിധായകന്റെ ഒരു കാര്യം!'

ഒന്നുമറിയാത്ത പോലെ നാരായണൻ വീണ്ടും ആക്ഷൻ പറഞ്ഞപ്പോൾ,

അമ്മ : ഇനിയും അവൻ ജില്ലാ തലത്തിൽ മത്സരിക്കാൻ

പോകുമെന്നാണ് പറയുന്നതു് .

അച്ഛൻ : ങാ,വേണം,വേണം മോൻ പോകണം. പ്ലസ് ടൂ കഴിയട്ടെ, ചിത്രകല പഠിക്കാൻ മോനിഷ്ടമാണെങ്കിൽ ബറോഡയിലോ കൊൽക്കത്തയിലോ ഉള്ള ഫൈൻ ആർട്സ് കോളേജിൽ അപേക്ഷിക്കാം. അവിടെനിന്നും ലഭിക്കുന്ന പരിശീലനത്തിലൂടെ നല്ലൊരു ചിത്രകാരനാകാൻ മോനു കഴിയും. അങ്ങനെ നല്ല നല്ല ചിത്രങ്ങൾ വരച്ചു വരച്ച്, കാലക്രമത്തിൽ രാജാ രവിവർമ്മ, എം.എഫ്.ഹുസൈൻ, പിക്കാസോ എന്നിവരേപ്പോലെയെല്ലാം മോനെയും ലോകമറിയും.

അത്രയും എത്തിയപ്പോൾ നാരായണൻ കട്ട് പറഞ്ഞു. മൂന്നു പേരുടെയും സംഭാഷണ ചാതുരിയേയും അഭിനയത്തേയും എല്ലാവരും പ്രശംസിച്ചു.

അല്പം കഴിഞ്ഞപ്പോൾ ടീച്ചർ വീണ്ടും പറഞ്ഞുതുടങ്ങി.

ഇവിടെ കണ്ട നാടകത്തിൽ, ചിത്രകാരനായ മകന്റെ മനസ്സിൽ വലിയ വലിയ പ്രതീക്ഷകൾ ഉണർത്തുവാൻ പോരുന്ന സംഭാഷണങ്ങളാണ് ഈ അച്ഛനമ്മമാർ നടത്തിയത്. ഇങ്ങനെയുള്ള അച്ഛനമ്മമാരുടെ മക്കളാണ് മറ്റുള്ളവർക്ക് പോസിറ്റീവ് സ്ട്രോക്കു കൊടുക്കാൻ കഴിവുള്ളവരായി വളർന്നു വരുന്നത് .

ഠ

സ്ട്രോക്കുകളുടെ മൂല്യം

സ്ട്രോക്ക് കൊടുക്കുകയും വാങ്ങുകയും ചെയ്യുന്ന സാഹചര്യവും ഇടപെടുന്ന ആളുകൾ തമ്മിലുള്ള ബന്ധവും സ്ട്രോക്ക് ആവശ്യമുള്ള ആളിന്റെ പ്രായവും അനുസരിച്ച് സ്ട്രോക്കിന്റെ ഭാഷയും മൂല്യവും വ്യത്യാസപ്പെടാം.

'അത് മനസ്സിലായില്ല ടീച്ചർ' സരിതയാണ് സംശയം ഉന്നയിച്ചത്.

ആറുതരം സ്ട്രോക്ക് ലാംഗ്വേജ് അഥവാ സ്നേഹഭാഷകളെപ്പറ്റി ഞാൻ മുമ്പൊരു ക്ലാസ്സിൽ പറഞ്ഞിരുന്നല്ലോ, സരിത ഒരുപക്ഷേ ആ ക്ലാസ്സിൽ പങ്കെടുത്തു കാണില്ലായിരിക്കും. ഇന്നിവിടെ പറയാൻ പോകുന്നത് സ്ട്രോക്കിന്റെ മൂല്യം അഥവാ വിലയേപ്പറ്റിയാണ്. കഴിഞ്ഞ ക്ലാസ്സിൽ പറഞ്ഞത് സ്ട്രോക്ക് ഡിസ്കൗണ്ടിനെപ്പറ്റി ആയിരുന്നല്ലോ. മുമ്പൊരിക്കൽ പറഞ്ഞ സ്ട്രോക്ക് ലാംഗ്വേജിനെ പറ്റി ഒരിക്കൽ കൂടി പറഞ്ഞുകൊണ്ട് നമുക്ക് ഇന്നത്തെ ക്ലാസ്സു തുടങ്ങാം.

സ്ട്രോക്ക് കൊടുക്കുന്നതിന് പല രീതികളുണ്ട്. ആ രീതികളെയാണ് സ്ട്രോക്ക് ലാംഗ്വേജ് എന്ന് പറയുന്നത്. സ്ട്രോക്ക് ആവശ്യമുള്ള ആളിന്റെ അവസ്ഥ അനുസരിച്ച് ഇത് ആറുവിധത്തിലുണ്ട്.

ചിലരോട് ഒരു നല്ലവാക്കു മാത്രം പറഞ്ഞാൽ അതിൽ നിന്നും അവർക്ക് ഉത്തേജനം ലഭിക്കും. മറ്റുചിലർക്ക് ഒരു സമ്മാനം കിട്ടിയെങ്കിൽ മാത്രമേ ഉത്തേജനം ലഭിക്കുകയുള്ളൂ. വേറെ ചിലർക്ക് നമ്മൾ എന്തെങ്കിലും സേവനമോ സഹായകമാ ചെയ്താൽ മാത്രമേ ഉത്തേജനം ഉണ്ടാകൂ.

ഇനിയൊരു വിഭാഗത്തിനാകട്ടെ, അവരോടൊപ്പം നമ്മളിരുന്ന്

ഏറെനേരം അനുകമ്പയോടെ സംസാരിച്ചുകൊണ്ടിരിക്കുമ്പോഴാ യിരിക്കും ഉത്തേജനം ഉണ്ടാവുക. ചിലരെ പുകഴ്ത്തുമ്പോൾ മാത്ര മാണ് അവർക്ക് ഉത്തേജനം ലഭിക്കുക.

ആറാമതൊരു വിഭാഗം കൂടിയുണ്ട്. അവർക്കിതൊന്നും പോരാ. അവർക്കു വേണ്ടത് ആശ്ലേഷം മാത്രമാണ്. ഒരു കെട്ടിപ്പിടുത്ത മെന്നു പറയാം.

സ്ട്രോക്ക് കൊടുക്കുകയും വാങ്ങുകയും ചെയ്യുന്ന ആളുകൾ തമ്മിലുള്ള ബന്ധം അനുസരിച്ചു സ്ട്രോക്കിന്റെ മൂല്യം മാറുന്ന താണ്.

അതെങ്ങനെയാണു ടീച്ചർ?

ഒരു കുട്ടിക്ക് ജില്ലാ കലോത്സവത്തിൽ നല്ല നടനുള്ള അവാ ർഡ് ലഭിച്ചു. അധ്യാപകർ അനുമോദനയോഗം ചേർന്ന് അവനെ പുകഴ്ത്തി സംസാരിച്ചു. കൂട്ടുകാർ ആർപ്പുവിളിയുമായി അവനെ പൊക്കിയെടുത്തു റോഡിലൂടെ നടന്നു. അങ്ങനെ ആവശ്യം പോലെ അഭിനന്ദനങ്ങൾ കിട്ടിയതിൽ നിന്നുള്ള പോസിറ്റീവ് സ്ട്രോക്കുക ളുമായി വീട്ടിലേക്കു വരുന്നു. വീട്ടിലെത്തുമ്പോൾ അവനെ വീണ്ടും അഭിനന്ദിക്കേണ്ടതുണ്ടോ?

'തീർച്ചയായും അഭിനന്ദിക്കണം ടീച്ചർ'

ബിന്ദു അങ്ങനെ പറയുമ്പോൾ പലരും തല കുലുക്കി.

എങ്കിൽ ആരായിരിക്കണം സ്ട്രോക്ക് കൊടുക്കേണ്ടത്?

അവനോട് ഏറ്റവും കൂടുതൽ അടുപ്പമുള്ളവർ അച്ഛനമ്മമാരല്ലേ ടീച്ചർ? അപ്പോൾ അവരിൽ നിന്നും സ്ട്രോക്കു ലഭിക്കാനായിരിക്കും അവൻ ഏറെ ഇഷ്ടപ്പെടുക.

ബിന്ദു പറഞ്ഞത് നൂറു ശതമാനം ശരിയാണ്. അച്ഛനമ്മമാരുടെ സ്ട്രോക്കിനാണ് കുട്ടികൾ കൂടുതൽ വില കൽപ്പിക്കുന്നത്.

അതുകൊണ്ടുതന്നെ കുട്ടികൾ ആഗ്രഹിക്കുന്നത്ര അളവിൽ അല്ലെങ്കിൽ അതിലേറെയും കൊടുത്തെങ്കിൽ മാത്രമേ ആ സ്ട്രോക്കിനു വിലയുണ്ടാകൂ. ഇവിടെ നിങ്ങളൊരു കാര്യം ഓർക്കേ ണ്ടതുണ്ട്. അതു മറ്റൊന്നുമല്ല, സാധാരണഗതിയിൽ ഒരു സാധന ത്തിന് വില നിശ്ചയിക്കുന്നത് അതു വിൽക്കുന്നവരാണ്. എന്നാൽ സ്ട്രോക്കിനെ സംബന്ധിച്ചടുത്തോളം അതു വാങ്ങുന്നവർ അഥവാ സ്വീകരിക്കുന്നവരായിരിക്കും അതിനു വിലയിടുന്നത്. അങ്ങനെ യാണെങ്കിൽ കുട്ടി വീട്ടിലെത്തുമ്പോൾ എങ്ങനെയായിരിക്കണം സ്ട്രോക്കു കൊടുക്കേണ്ടത് ?

ഒരുകെട്ടിപ്പിടുത്തം ആയാലോ ടീച്ചറേ?

ബിന്ദു അതു പറഞ്ഞപ്പോൾ ഒരുമ്മ കൂടി കൊടുക്കാമെന്ന് മറ്റൊരാൾ.

ഒന്നു പൊക്കിയെടുക്കുന്നത് നന്നായിരിക്കുമെന്നായി വേറൊരാൾ.

അയൽക്കാരോടും ബന്ധുക്കളോടും വിളിച്ചു പറയാം, മധുരപലഹാരം വിതരണം ചെയ്യാം,

അങ്ങനെ പല പല നിർദ്ദേശങ്ങൾ വന്ന കൂട്ടത്തിൽ രമേഷിന്റെ നിർദ്ദേശവും വന്നു.

ഒരു 'ഫ്ളക്സ് ബോർഡ് വെക്കാം ടീച്ചറേ'

'പൊങ്ങച്ചം ആണെന്നു നാട്ടുകാർ പറയില്ലേ' രമണിക്കു സംശയം.

'ഓ,അതിപ്പോൾ നാട്ടുനടപ്പല്ലേ' രമേഷ് വിട്ടുകൊടുത്തില്ല.

സംശയം വേണ്ടാ രമണീ. ഈ പറഞ്ഞതെല്ലാം ആകാം. പോരെങ്കിൽ വീടിനടുത്തുള്ള ഏതെങ്കിലും ക്ലബ്ബുമായോ വായനശാലയുമായോ സഹകരിച്ച് അനുമോദനയോഗവും സംഘടിപ്പിക്കാം. അങ്ങനെ ഏതെല്ലാം മാർഗ്ഗങ്ങൾ ഉപയോഗിച്ചാലാണോ സ്ട്രോക്കുകൾ നൂറു ശതമാനം പവർഫുൾ ആയി കുട്ടിക്ക് ലഭിക്കുന്നത്, ആ മാർഗ്ഗങ്ങളെല്ലാം ഉപയോഗിക്കാം.

ടീച്ചർ അതു പറഞ്ഞു നിറുത്തുമ്പോൾ ബിന്ദു അതു പൂരിപ്പിച്ചു.

'ചുരുക്കിപ്പറഞ്ഞാൽ സ്ട്രോക്ക് ലഭിക്കേണ്ട ആളുകളുടെ പ്രതീക്ഷപോലെ, അവരുടെ മനസ്സ് ആഗ്രഹിക്കുന്ന അതേ തീവ്രതയിലും അളവിലും സ്ട്രോക്ക് കൊടുക്കണമെന്നർത്ഥം'

അതേ ബിന്ദൂ, പക്ഷേ കുട്ടി വീട്ടിൽ എത്തിയപ്പോൾ സംഭവിച്ചത് മറ്റൊന്നാണ്. അതെന്താണെന്നു നോക്കാം.

വൈകിട്ട് അച്ഛനെത്തുമ്പോൾ കുട്ടിയുടെ അമ്മ,

'ദേ, ഇങ്ങോട്ടു നോക്കിക്കേ, നമ്മുടെ മോൻ ബെസ്റ്റ് ആക്ടർ ആയി'

എന്നിട്ട് അവൻ എവിടെ?

അമ്മ മകനെ വിളിച്ചു.

അച്ഛന്റെ മുന്നിലെത്തി അല്പം മാറി നിൽക്കുന്ന മകനെ നോക്കി അച്ഛൻ: 'കൊള്ളാം, നീ ഇപ്പോഴേ ശ്രമിച്ചാൽ ഭാവിയിൽ നിനക്കൊരു മഹാനടനാകാൻ കഴിയും'.

അതു പറഞ്ഞിട്ട് അച്ഛൻ മറ്റേതൊ കാര്യത്തിൽ മുഴുകി. ഇവിടെ കുട്ടി പ്രതീക്ഷിച്ചത്രയും സ്ട്രോക്ക് അച്ഛനിൽ നിന്നും കിട്ടിയോ?

ഇല്ല. ഇതാണ് ഭാഗികമായ ഡിസ്കൗണ്ട്. അപ്പോൾ എന്താണ് സംഭവിക്കുക? മതിയായ അളവിൽ അച്ഛനിൽ നിന്നും സ്ട്രോക്കു കിട്ടാത്തതിനാൽ കുട്ടിയ്ക്കൊരു നിരാശ ഉണ്ടാകും. അതുമൂലം നേരത്തെ സ്കൂളിൽ നിന്നും ലഭിച്ച സ്ട്രോക്കുകളിലൂടെ ഉണ്ടായ ഉത്തേജനം കുറെയേറെ ചോർന്നുപോകും. അതുണ്ടാകാതിരിക്കണമെങ്കിൽ എന്താണു ശ്രദ്ധിക്കേണ്ടതെന്നുകൂടി പറയാം

'സ്ട്രോക്കു കൊടുത്തുകൊണ്ട് ഒരാളിനെ ഉത്തേജിപ്പിക്കാനാണു ശ്രമമെങ്കിൽ അതു കൊടുക്കേണ്ട അളവിൽ പരമാവധി ശക്തിയിൽതന്നെ കൊടുക്കണം'

ഇനിയും വേറൊരച്ഛന്റെ കഥ കൂടി പറയാം. ഒരു വിഷയത്തിൽ മാത്രം നൂറിൽ തൊണ്ണൂറ്റിയഞ്ചും ബാക്കി എല്ലാ വിഷയങ്ങളിലും നൂറിൽ നൂറ് മാർക്കും വാങ്ങി, ക്ലാസ്സിൽ ഒന്നാമനായ ഒരു കുട്ടി അധ്യാപകരിൽ നിന്നും കൂട്ടുകാരിൽ നിന്നും അനുമോദനങ്ങളേറ്റുവാങ്ങി വീട്ടിലേക്കുവരുമ്പോൾ അച്ഛൻ:

'മറ്റു വിഷയങ്ങൾക്കെല്ലാം നൂറിൽ നൂറും വാങ്ങാമെങ്കിൽ ഒരു വിഷയത്തിന് മാത്രം നിനക്കെന്താടാ തൊണ്ണൂറ്റിയഞ്ചായിപ്പോയത്? അപ്പോൾ നിനക്കു ശ്രദ്ധയില്ല അത്രതന്നെ'

ഈ അച്ഛൻ ഇങ്ങനെ പറയുമ്പോൾ എന്തായിരിക്കും കുട്ടിയിൽ സംഭവിക്കുക? ആരാണ് പറയുക.

'നേരത്തേ ലഭിച്ച സ്ട്രോക്കകളുടെ സഞ്ചി കാറ്റുപോയ ബലൂൺ പോലെ കാലിയാകും ടീച്ചർ'

ഉത്തേജിപ്പിക്കാനുള്ള സ്ട്രോക്ക്, അനുമോദന രൂപത്തിൽ ഒട്ടും കൊടുക്കാതിരുന്നാൽ അതിന്റെ അർത്ഥം സ്ട്രോക്കു നൂറുശതമാനവും ഡിസ്കൗണ്ട് ചെയ്യപ്പെട്ടു എന്നു തന്നെയാണ്. വാഹനങ്ങളുടെ ടയറിലെ കാറ്റുപോയാൽ അതിന്റെ ഗമനം പ്രയാസമാകുന്നതുപോലെ അനുമോദനം എന്ന പ്രചോദനം നഷ്ടമാകുമ്പോൾ കുട്ടിയുടെ പഠനത്തിൽ അലസതയും അവന്റെ ബൗദ്ധിക പ്രയാണത്തിന് മുരടിപ്പും ഉണ്ടായേക്കാം. അതിനാൽ കുഞ്ഞുങ്ങളുടെ നേട്ടങ്ങൾ എത്ര ചെറുതാണെങ്കിൽപ്പോലും അതിനെ കണ്ടില്ലെന്നു നടിക്കരുത്.

ഇനിയും മറ്റൊരു പ്രധാനകാര്യംകൂടി പറയാം. ഒരാൾക്കു സ്ട്രോക്കു കൊടുക്കുമ്പോൾ അത് മറ്റൊരാൾക്ക് നെഗറ്റീവായി

വന്നുഭവിക്കാൻ പാടില്ല.

'അതെങ്ങനെയാണ് ടീച്ചർ?'

സരിതക്കൊരു സംശയം.

സർവ്വസാധാരണമായി പലരും ചെയ്യുന്ന ഒരു കാര്യമുണ്ട്. അതു പറയുമ്പോൾ സരിതക്കു കാര്യം മനസ്സിലാകും. ഒരു വീട്ടിൽ രണ്ട് കുട്ടികൾ എട്ടിലും ആറിലുമായി പഠിക്കുന്നു. ആറാം ക്ലാസ്സു കാരൻ ക്ലാസിൽ ടോപ്പ് മാർക്ക് വാങ്ങി വരുമ്പോൾ അമ്മ അവനെ കെട്ടിപ്പിടിച്ച് ഉമ്മവച്ചുകൊണ്ടു് എന്റെ മോൻ മിടുക്കനാണെന്നു പറയുന്നു.

അതോടൊപ്പംതന്നെ അടുത്തുനിൽക്കുന്ന എട്ടാം ക്ലാസുകാരി യായ ചേച്ചിയെ നോക്കി 'നിന്നെ എന്തിന് കൊള്ളാം നീ അവനെ കണ്ടു പഠിക്ക്. എന്നും അവനു നൂറിൽ നൂറാ,നിനക്കോ'

ഇവിടെ അനിയനു കൂടുതൽ പോസിറ്റീവ് സ്ടോക്ക് കിട്ടിക്കോട്ടെ എന്നുകരുതിയാണ് അമ്മ അങ്ങനെ പറയുന്നത്. അനിയന് ആവോളം പോസിറ്റീവ് സ്ട്രോക്ക് കിട്ടിയെങ്കിലും ചേച്ചിക്ക് പോസി റ്റീവ് സ്ട്രോക്കൊന്നും കിട്ടുന്നില്ല. അമ്മയുടെ ഈ പ്രവൃത്തി ബോധപൂർവ്വമല്ലെങ്കിൽ പോലും അതു ചേച്ചിയിൽ മനോവിഷമ ത്തിനു കാരണമാകില്ലേ, അങ്ങനെയെങ്കിൽ അവൾക്ക് അനിയ നോട് അസൂയയും അമ്മയോട് ദേഷ്യവും ഉണ്ടാകില്ലേ? ഉണ്ടാകു മെന്നു മാത്രമല്ല അതിന്റെയൊക്കെ ഫലമായി ചേച്ചിക്കു ലഭിക്കു ന്നത് അസൂയയുടേയും വിഷമത്തിന്റെയും നെഗറ്റീവ് സ്ട്രോക്കു കളായിരിക്കും. ചുരുക്കിപ്പറഞ്ഞാൽ ഒരാളിനു കൊടുത്ത അനുമോ ദനത്തിന്റെ സ്ട്രോക്കുകൾ മറ്റൊരാളിനു നെഗറ്റീവ് സ്ട്രോക്കു ലഭിക്കാൻ ഇടയായി. ഇപ്പോൾ സരിതയുടെ സംശയം മാറിക്കാ ണുമെന്നു വിശ്വസിക്കുന്നു.

അപ്പോൾ ഇതെങ്ങനെ പരിഹരിക്കും ടീച്ചർ? സരിത വീണ്ടും ചോദിച്ചു.

അതു മനസ്സിലാക്കാനായി വേറൊരു വീട്ടിലെ രണ്ടു കുട്ടിക ളുടെ കാര്യംകൂടി പറയാം. അവിടെ ചേച്ചി പത്താംക്ലാസിലും അനിയത്തി എട്ടാംക്ലാസിലും പഠിക്കുന്നു. ചേച്ചി റാങ്കു വാങ്ങി ജയിച്ചു വരുന്നു. അവളെ അനുമോദിച്ചു പോസിറ്റീവ് സ്ട്രോക്കു കൊടുക്കേണ്ടേ? നിങ്ങളാണ് അവളുടെ അച്ഛനും അമ്മയുമെങ്കിൽ ഇതെങ്ങനെ കൈകാര്യം ചെയ്യും? ഒരു കാര്യം പ്രത്യേകം ഓർമ്മ വേണം. ഒരാളിനു സ്ട്രോക്കു കൊടുക്കുന്നത് മറ്റേ ആളിനു നെഗ

റ്റീവ് സ്ട്രോക്കു ലഭിക്കാനുള്ള കാരണമാകരുത്.

അഭിപ്രായങ്ങൾ ഒന്നിനു പിറകേ ഒന്നായി വന്നു തുടങ്ങി.

'അനിയത്തിക്കു വിഷമം ഉണ്ടാകാതിരിക്കാനായി അവൾ കാണാത്ത വിധം ചേച്ചിക്ക് അനുമോദന സ്ട്രോക്കുകൾ കൊടുക്കാം'.

'രണ്ടുപേർക്കും അനുമോദനങ്ങൾ നൽകാം'

റാങ്കു വാങ്ങാത്ത അനിയത്തിക്ക് എന്തിനാ സ്ട്രോക്കു കൊടുക്കുന്നത്?

'എങ്കിൽ പിന്നെ ആർക്കും കൊടുക്കണ്ടാ'

എന്നിങ്ങനെ അഭിപ്രായങ്ങൾ വാദപ്രതിവാദമായി നീണ്ടപ്പോൾ ടീച്ചർ ഇടപെട്ടു.

'അതു പറ്റില്ല ചേച്ചിക്കു കൊടുക്കുകയും വേണം അനിയത്തി വിഷമിക്കാനും പാടില്ല അതാണ് നമുക്കാവശ്യം. അതിനു വേണ്ടതെന്തെന്നാൽ, അനുമോദന ചടങ്ങുകളിൽ അനിയത്തിയെ കൂടി സജീവമായി പങ്കെടുപ്പിക്കുക. ചേച്ചിയുടെ അനുമോദനം കഴിയുമ്പോൾ അനിയത്തിയെ വിളിച്ച് ചേർത്തു നിർത്തി ഒരുമ്മയൊക്കെ കൊടുത്തിട്ട് 'ചേച്ചിക്കു റാങ്കു കിട്ടിയത് കണ്ടോ? അതുപോലെ നിനക്കും കിട്ടും. അപ്പോൾ നമുക്കിതുപോലെ വീണ്ടും കൂടാം എന്നെല്ലാം പറഞ്ഞ് അവൾക്കൊരു പ്രതീക്ഷ കൊടുത്തുകൊണ്ട് മധുരം നൽകി സന്തോഷിപ്പിക്കാം. സരിതക്കു മാത്രമല്ല, മറ്റുള്ളവർക്കും ഇപ്പോൾ കാര്യങ്ങൾ മനസ്സിലായിക്കാണുമെന്നു വിശ്വസിക്കുന്നു. ക്ലാസ്സ് അവസാനിക്കുംമുമ്പായി ഇന്നു പറഞ്ഞ പ്രധാന കാര്യങ്ങൾ ഏതെല്ലാമാണെന്ന് നോക്കാം.

- സ്ട്രോക്കിനു വില നിശ്ചയിക്കുന്നത് അതു സ്വീകരിക്കുന്നവരായിരിക്കും
- ഒരാളിനു സ്ട്രോക്കുകൊടുത്ത് ഉത്തേജിപ്പിക്കാനാണുദ്ദേശമെങ്കിൽ, അത് പരമാവധി അളവിലും ശക്തിയിലും കൊടുക്കുക.
- ഒരാളിനു പോസിറ്റീവ് സ്ട്രോക്കു കൊടുക്കുമ്പോൾ അതു മറ്റൊരാളിന് നെഗറ്റീവ് സ്ട്രോക്ക് ലഭിക്കുന്ന പ്രവൃത്തിയായി മാറരുത്.
- ഒരാളിനു സ്ട്രോക്കു കൊടുക്കുമ്പോൾ അതിലെ ആത്മാർത്ഥത അതു സ്വീകരിക്കുന്ന ആളിനു ബോദ്ധ്യമാവുകയും വേണം. എന്നു പറഞ്ഞാൽ പ്ലാസ്റ്റിക് സ്ട്രോക്ക് ആകരുതെന്നർത്ഥം.

സ്ട്രോക്കിനെ സംശയദൃഷ്ടിയോടെ കാണുന്നവരും നിരസിക്കുന്നവരും

നിരന്തരമായി നെഗറ്റീവ് സ്ട്രോക്കുകൾ മാത്രം കിട്ടി വളർന്ന ഒരാളിന് ഇടയ്ക്കെങ്ങാനും ഒരു പോസിറ്റീവ് സ്ട്രോക്ക് കിട്ടിയാൽ വിശ്വാസം വരില്ല. അവർ പലപ്രാവശ്യം അത് അരിച്ചുപെറുക്കി പരിശോധന നടത്തും. അങ്ങനെയുള്ളവരെ സ്ട്രോക്ക് ഫിൽട്ടേഴ്സ് (stroke filters)എന്നാണ് പറയുക. അതിനവരെ കുറ്റം പറഞ്ഞിട്ടു കാര്യമില്ല. അവർ ചെറുപ്പത്തിൽ സ്ട്രോക്ക് കിട്ടി വളർന്നു വന്നവരായിരിക്കില്ല.

ചെറുപ്പംമുതൽ കരിമ്പൂതം എന്ന വിളിപ്പേരിലറിഞ്ഞുവന്ന കറുത്ത ഒരു ചെറുപ്പക്കാരനോട് നീ സുന്ദരനാണെന്ന് ഒരു പെണ്ണ് സ്നേഹപൂർവ്വം പറഞ്ഞാൽ പോലും ഇവൾ എന്നെ കളിയാക്കുകയാണോ എന്നയാൾ സംശയിക്കും. ഈ പുകഴ്ത്തൽ വെറും പ്ലാസ്റ്റിക് സ്ട്രോക്കാണെന്ന് അയാൾ തെറ്റിദ്ധരിക്കും. കാരണം അന്നോളം അയാളെ നോക്കി ആരും അങ്ങനെ പറഞ്ഞിട്ടുണ്ടാകില്ല. ഇങ്ങനെയുള്ളവർക്ക് സ്ട്രോക്കു കൊടുക്കുമ്പോൾ, ആത്മാർത്ഥത തുളുമ്പുന്ന വാക്കുകൾ മാത്രം ഉപയോഗിക്കണം. അത് പൊടിപ്പും തൊങ്ങലുംവച്ച അലങ്കാരഭാഷയാകാതിരിക്കാൻ പ്രത്യേകം ശ്രദ്ധിക്കണം. അങ്ങനെ നിരന്തരം കൊടുത്തെങ്കിൽ മാത്രമേ അവരെക്കൊണ്ട് ക്രമേണ സ്ട്രോക്കുകൾ സ്വീകരിപ്പിക്കാൻ കഴിയൂ.

ഒരിക്കൽ എന്റെ മുന്നിൽ ഒരു അമ്മയും മകനും വന്നു. ഏതാനും ദിവസത്തെ കൗൺസലിംഗ് കഴിഞ്ഞപ്പോൾ അമ്മയ്ക്ക് സ്ട്രോക്കുകളെ പറ്റി ബോധ്യപ്പെട്ടതുപോലെ തോന്നി.

കൗൺസലിങ്ങിന്റെ ഇടവേളയിൽ, എന്റെ നിർദ്ദേശപ്രകാരം, അമ്മ മകനോട് സംസാരിച്ചത് അവന്റെ കൈപിടിച്ചും പുറത്തുതലോടിയും മറ്റുമാണ്. കൗൺസലിംഗിനിടയിൽ ഒരുനാൾ അവർ

തിരിച്ചുപോകും നേരത്ത് മകനെമാത്രം അടുത്തു വിളിച്ചു നിർത്തി സന്തോഷഭാവത്തിൽ ഞാൻ പറഞ്ഞു

'അമ്മ ഇപ്പോൾ മോന്റെ കൈപിടിച്ചും പുറത്തു തലോടിയു മെല്ലാം സംസാരിക്കുന്നുണ്ടല്ലോ?'

മകന്റെ മറുപടി ഉടൻ വന്നു.

'ഏയ്, അതൊക്കെ ഒന്നാംതരം അഭിനയമല്ലേ, വെറും ജാഡ'

കുട്ടി ഇങ്ങനെ പറയാനെന്താണ് കാരണം?

അങ്ങനെയൊരു സമീപനം അല്ലെങ്കിൽ അനുഭവം അമ്മയിൽ നിന്നും അന്നോളം ആ കുട്ടിക്ക് ഉണ്ടായിക്കാണില്ല ടീച്ചർ.

അതു തന്നെയാണ് കാരണം. ആദ്യമാദ്യം പ്ലാസ്റ്റിക് സ്ട്രോക്ക് ആണെന്ന് തോന്നിയിരുന്ന അമ്മയുടെ സമീപനങ്ങളെ കുറേനാ ളത്തെ കൗൺസലിങ്ങിലൂടെ പോസിറ്റീവായി കാണാനും അവയെ സ്വീകരിക്കാനും ക്രമേണ അവൻ ശീലിച്ചു.

ആ കഥ ഇവിടെ നിൽക്കട്ടെ.

ഒരിക്കൽ എന്റെ ഒരു സുഹൃത്ത് അവരുടെ വീട്ടിലെ സൗഹൃദ ക്കൂട്ടായ്മയിലേക്ക് എന്നേയും ക്ഷണിച്ചു. ഉച്ചയൂണു ഗംഭീരമായി രുന്നു. ഊണു കഴിഞ്ഞപ്പോൾ ഗൃഹനായികയോട് ഞാൻ പറഞ്ഞു 'വിഭവങ്ങളെല്ലാം അതീവ രുചികരം'

ഞാനല്ല, എല്ലാം തയ്യാറാക്കിയത് ഇവിടുത്തെ സർവ്വന്റാണെ ന്നാണ് അവർ പറഞ്ഞത്. ഉടൻതന്നെ സർവ്വന്റിനെ വിളിച്ച് ഞാനെന്റെ സന്തോഷം അറിയിച്ചു.

'ഊണ് നന്നായിട്ടുണ്ട് കേട്ടോ' അവർ ഒരു നന്ദി പറയുമെന്നു വിചാരിച്ച എനിക്കു തെറ്റി.

'ചില പോരായ്മകളൊക്കെ കാണും ചേച്ചീ' അതായിരുന്നു അവരുടെ മറുപടി.

'ഏയ്, ഒരു കുറവുമില്ലന്നേ സത്യമാണു പറഞ്ഞത്' ഞാനെന്റെ ആത്മാർത്ഥത വെളിപ്പെടുത്തി.

അപ്പോഴും വിശ്വാസമില്ലായ്മയുടെ ഒരു കരിനിഴൽ ഞാനവ രുടെ മുഖത്തു കണ്ടു. എന്റെ അഭിനന്ദനം പൂർണമായും അവർ തള്ളി ക്കളഞ്ഞിരിക്കുന്നു എന്നെനിക്കു ബോധ്യമായി. ഊണിനു ശേഷം വീട്ടുകാരിയുമായി നടത്തിയ കുശലപ്രശ്നങ്ങൾക്കിടയിൽ നിന്നും ചില സത്യങ്ങൾ എനിക്കു മനസ്സിലായി. വളരെ ചെറുപ്പത്തിൽ ത്തന്നെ ആ വീട്ടിൽ വന്നു ചേർന്നതാണ് വേലക്കാരി. അവർക്ക്

ബന്ധുക്കളായി ആരുമില്ല. അതുകൊണ്ടുതന്നെ വീട്ടുകാർക്ക് അവളുടെമേൽ ഒരു അധീശഭാവം പണ്ടുമുതലേ ഉണ്ടായിരുന്നു. അവളുടെ പാചകത്തിനു കുറ്റവും കുറവും കണ്ടെത്താത്ത ഒരു ദിവസംപോലും ഇല്ലായിരുന്നുവെന്ന് അവരുടെ സംസാരത്തിൽ നിന്നും എനിക്കറിയാൻ കഴിഞ്ഞു. അത്രയുംനാൾ തന്റെ പാചകത്തിനു കുറ്റവും കുറവുകളും മാത്രം കേട്ടുശീലിച്ച ആ വേലക്കാരിക്ക് എന്റെ അഭിനന്ദനം ഒട്ടും ഉൾക്കൊള്ളാൻ കഴിയാതിരുന്നതിന്റെ കാരണം അപ്പോഴാണെനിക്കു മനസ്സിലായത്.

നിരന്തരം നെഗറ്റീവ് സ്ട്രോക്കുകൾമാത്രം കിട്ടിക്കൊണ്ടിരിക്കുന്ന ഒരാളിന് പെട്ടെന്നൊരുദിവസം പോസിറ്റീവ് കിട്ടിയാൽ അവർക്കതു വിശ്വസിക്കാൻ കഴിഞ്ഞെന്നു വരില്ല. അതുകൊണ്ടാണ് എന്റെ നല്ല വാക്കുകളെ അവർ തിരസ്കരിച്ചത്.

ഇതേപോലെ വേറൊരു അനുഭവംകൂടി ഉണ്ടായി. ഒരിക്കലൊരു സ്കൂളിലെ വാർഷികാഘോഷ വേളയിൽ നന്നായി പാട്ടുപാടിയ ആ സ്കൂളിലെ അദ്ധ്യാപികയെ അഭിനന്ദിച്ചപ്പോൾ സംശയത്തോടെ അവർ എന്നോട് പറഞ്ഞു 'അങ്ങിങ്ങായി എന്തെങ്കിലുമൊക്കെ പിശകുകൾ കാണും ടീച്ചർ' വീണ്ടും അഭിനന്ദിച്ചപ്പോൾ പാട്ടുകാരി കൈകൂപ്പിക്കൊണ്ട് എന്തെങ്കിലും തെറ്റു വന്നിട്ടുണ്ടെങ്കിൽ ക്ഷമിക്കണം എന്നാണ് അഭ്യർത്ഥിച്ചത്. ഇങ്ങനെ സ്ട്രോക്ക് നിരസിക്കുന്നവർക്ക് തോന്നുന്നത് അഭിനന്ദനം വെറും പൊള്ളയായ വാക്കുകളാണെന്നാണ്.

ഇവർക്കു സ്ട്രോക്ക് റിജക്റ്റിംങ് പേഴ്സണാലിറ്റിയാണുള്ളത്.

സ്ട്രോക്കുകളെ സംശയദൃഷ്ടിയോടെ കാണുന്നവരും നിരസിക്കുന്നവരുമായ ആളുകൾ നമുക്കിടയിൽ കണ്ടേക്കാം.

അവരുടെ പോരായ്മകളെ കാട്ടിക്കൊടുക്കുവാൻ നമുക്ക് കഴിയണം. മറ്റുള്ളവർ സത്യസന്ധമായും ആത്മാർഥമായും തരുന്ന സ്ട്രോക്കുകളെ സ്വീകരിച്ചു നന്ദിപറയാനുള്ള പ്രാപ്തി അവരിൽ ഉണ്ടാക്കിയെടുക്കുകയാണ് വേണ്ടത്. അതിനായുള്ളൊരു ശ്രമമാണ് എന്റെ ഈ ക്ലാസുകൾ.

ദോഷം പറയരുതല്ലോ, സ്ട്രോക്ക് നൽകുന്നവരോട് നന്ദി പറയാൻ ചെറുപ്രായത്തിലേ കുട്ടികളെ പലരും പരിശീലിപ്പിക്കുന്നുണ്ട്. പക്ഷേ, അത് Thank you പറയാനാണെന്നുമാത്രം. എന്തേ, മാതൃഭാഷ അത്രയ്ക്ക് മ്ലേച്ഛമാണോ?.

സ്ട്രോക്ക് : കൊടുക്കൽ വാങ്ങലുകളിലെ അബദ്ധ ധാരണകൾ

പല തലമുറകളായി അച്ഛനമ്മമാർ മക്കളിലേക്കു പകർന്നു കൊടുത്തു കൊണ്ടിരിക്കുന്ന ചില അബദ്ധങ്ങൾ ശരിയാണെന്ന ധാരണയിൽ ഇന്നും നമ്മളിൽ ചിലരെല്ലാം അനുവർത്തിച്ചുപോരുന്നുണ്ട്. അവ എന്തൊക്കെയാണെന്നു നമുക്കൊന്നു നോക്കാം.

1) മറ്റുള്ളവരെ സ്ട്രോക്കുകൊടുത്തു സന്തോഷിപ്പിക്കുവാൻ പാടില്ല. ഇതൊരു തെറ്റായ ധാരണയാണ്. എന്തായിരിക്കുമിതിനു കാരണം, ആർക്കു പറയാം?

ഏറെ പുകഴ്ത്തിയാൽ അഹങ്കരിക്കും പിന്നെ നന്നാവുല്ല.

അതു തെറ്റായ ധാരണയാണ് സോമവല്ലീ. മറ്റുള്ളവരെ അംഗീകരിക്കാനുള്ള മനസ്സില്ലായ്മയുടെ ലക്ഷണമാണത്.

അതിനെ മറച്ചുവയ്ക്കാനാണ് പുകഴ്ത്തിയാൽ അഹങ്കരിക്കുമെന്നെല്ലാം പറയുന്നത്. പുകഴ്ത്തേണ്ടവരെ വേണ്ടസമയത്തു വേണ്ടത്ര അളവിൽ പുകഴ്ത്താനുള്ള ഹൃദയവിശാലതയാണു വേണ്ടത്. മക്കളെ പുകഴ്ത്തിയാൽ ചീത്തയായിപ്പോകും, തിരിച്ചുപിടിക്കാൻ പറ്റില്ല എന്ന അർത്ഥത്തിൽ പഴമക്കാർ ഭംഗ്യന്തരേണ പറഞ്ഞുവരുന്നത് 'കന്നി'നെ കയം കാട്ടരുതെന്നാണ്.

2) ആവശ്യമുണ്ടായാലും സ്ട്രോക്കുചോദിച്ചു വാങ്ങാൻ പാടില്ല.

സ്ട്രോക്ക് ലഭിക്കുക എന്നു വച്ചാൽ, സന്തോഷം, സഹായം, ആശ്വാസം തുടങ്ങിയ ആശാസ്യകരമായ അനുഭവം ഉണ്ടാവുക എന്നാണർത്ഥം. നമുക്കൽപം പണത്തിനത്യാവശ്യം വന്നാൽ ഞാനും നിങ്ങളുമൊക്കെ എന്താണ് ആദ്യം ആലോചിക്കുക?

ആരെങ്കിലും സഹായിക്കാനുണ്ടോ എന്നാലോചിക്കും ടീച്ചർ.

സോമവല്ലി പറഞ്ഞതു ശരിയാണ്. പക്ഷേ, ഏതെങ്കിലും വ്യക്തി

യിൽ നിന്നും സഹായം കിട്ടുമെന്നുറപ്പുണ്ടെങ്കിലും ജാതീയമായോ സാമ്പത്തികമായോ ജോലി സംബന്ധമായോ ഉള്ള ഉച്ചനീചത്വ ത്തിന്റെ പേരിൽ ആ സഹായം സ്വീകരിക്കുന്നത് അപമാനമാ ണെന്നു ധരിച്ച് വേണ്ടെന്നു വച്ചാലോ?

'അതിന്റെ പേരല്ലേ ദുരഭിമാനം' നാരായണന്റെ കമന്റ് എല്ലാവർക്കും രസിച്ചു.

എന്താണിതിന്റെ പരിണത ഫലമെന്നു നോക്കാം. വരവിൽ കവിഞ്ഞ് ചെലവുചെയ്ത് ആർഭാട ജീവിതം നയിക്കുന്ന ചിലരുണ്ട്. കയ്യിലുള്ളതെല്ലാം തീരുമ്പോഴും ആർഭാടം കുറയ്ക്കാതിരിക്കു കയും ദുരഭിമാനത്തിന്റെ പേരിൽ ആരോടും സഹായം ചോദിക്കാ തിരിക്കുകയും ചെയ്യുന്നവർ. ഇവരാണ് ഒടുവിൽ ആത്മഹത്യയിൽ അഭയം തേടുന്നവർ. ആർഭാട മോഹികളായ അവരേപ്പറ്റി ഒരു കവി യുടെ നാലുവരി രചന ഇങ്ങനെയാണ്.

'കണക്കു നോക്കാതെയാർഭാടമൊട്ടും
കുറച്ചിടാതങ്ങു മേലേക്കു മേലേ
കടങ്ങളേറ്റുന്നു മൂക്കറ്റമോള-
മൊടുക്കമൊന്നാകെയാഹൂതി, കഷ്ടം!'

നെഗറ്റീവ് സ്ട്രോക്കുകളേറ്റുവാങ്ങി നിരാശയുടെ പടുകുഴി യിൽ വീഴുന്നവന് പ്രത്യാശയുടെ കൈകൊടുക്കലാണ് ഓരോ പോസിറ്റീവ് സ്ട്രോക്കു കൊടുക്കലും. അന്തരാളഘട്ടത്തിൽ പോലും അവ സ്വീകരിക്കരുതെന്ന യഥാസ്ഥിക വിശ്വാസം തെറ്റായൊരു ധാരണയാണ്. അതു് ആത്മഹത്യാപരവുമാണ്.

3) മറ്റുള്ളവർ സ്ട്രോക്കു തന്നാൽ അത് ആവശ്യമാണെങ്കിൽ പോലും സ്വീകരിക്കാൻ പാടില്ല.

എന്റെ ബന്ധുവായ ഒരു സ്ത്രീ അവരുടെ മൂന്നു വയസ്സുള്ള മകളുമായി പലപ്പോഴും വീട്ടിൽ വരുമായിരുന്നു. ഇതു കുറെനാൾ മുമ്പു നടന്ന സംഭവമാണ്. വീട്ടിൽ വരുമ്പോൾ ആ കുഞ്ഞിനു കഴി ക്കാനായി എന്റെ അമ്മ എന്തെങ്കിലും പലഹാരങ്ങൾ വച്ചുനീട്ടും. എന്തു കൊടുത്താലും അപ്പോഴെല്ലാം ആ കുഞ്ഞ് തന്റെ അമ്മയെ നോക്കും. ഉടനേ ആ സ്ത്രീ പറയും, ഏയ് ഇതൊന്നും അവൾ കഴി ക്കില്ല കൊടുക്കല്ലേ. ഇങ്ങനെ പലപ്രാവശ്യമായപ്പോൾ എന്റെ അമ്മ ആ സൽക്കാരശ്രമം ഉപേക്ഷിച്ചു. ഇവിടെ ആ കുഞ്ഞിന് അതിന്റെ അമ്മ നൽകുന്ന സന്ദേശമെന്താണ് ?

അതല്ലേ ടീച്ചർ മൂന്നാമതായി പറഞ്ഞത്. 'ആരെങ്കിലും സ്ട്രോക്കുകൾ തന്നാൽ അതത്യാവശ്യമാണെങ്കിൽ പോലും സ്വീകരിക്കാൻ പാടില്ല' എന്ന്.

ആ കുഞ്ഞിന് പലഹാരം വലിയ ഇഷ്ടമായിരിക്കും. കിട്ടിയാൽ കൊള്ളാമെന്ന് ഏറെ ആഗ്രഹമുണ്ടെങ്കിലും അതു നേടുവാൻ അമ്മ അനുവദിക്കുന്നില്ല.

ഈ കുഞ്ഞ് വളർന്നുവരുമ്പോൾ എന്തായിരിക്കും സംഭവിക്കുക എന്നറിയാമോ?

തന്റെ അമ്മയിൽ നിന്നും ലഭിച്ച അനുഭവങ്ങളുടെ സ്ക്രിപ്റ്റുകൾ അസരിച്ച് തനിക്കുണ്ടാകുന്ന കുഞ്ഞുങ്ങളെയും പരുവപ്പെടുത്തും.

നമ്മൾ ആരുടെയെങ്കിലും ആതിഥ്യം സ്വീകരിച്ച് സൽക്കാരത്തിൽ പങ്കുകൊള്ളുമ്പോൾ ഏതെങ്കിലും ഒരു വിഭവം അതീവ സന്തോഷത്തോടെ കഴിക്കുന്നു എന്നുവിചാരിക്കുക. അതു കാണുന്ന ആതിഥേയൻ, ആ വിഭവം ഒന്നുകൂടി വിളമ്പട്ടേ എന്നു ചോദിച്ചാൽ, വേണമെന്ന് ആഗ്രഹമുണ്ടെങ്കിലും മര്യാദ എന്ന പാരമ്പരാഗത ധാരണ കാരണം വേണ്ടാ എന്നേ നമ്മൾ പറയൂ. അതു പാടില്ല, എനിക്ക് ഒന്നുകൂടി വേണമെന്ന് മനസ്സുതുറന്നു പറയാം. കഴിച്ചുകഴിഞ്ഞ് ആതിഥേയരെ നന്ദി അറിയിക്കുകയുമാകാം.

ഒരിക്കൽ ഞാനും മറ്റു നാലു പേരുമായി ഒരു പരിശീലനക്കളരിയിൽ പങ്കെടുക്കാനായി അകലെയുള്ളൊരു ഗ്രാമത്തിലെത്തി. ഞാനുൾപ്പടെ നാലുസ്ത്രീകളും ഉച്ചഭക്ഷണം കരുതിയിരുന്നു. അഞ്ചാമത്തെ ആളിന്റെ കയ്യിൽ ഭക്ഷണമൊന്നുമില്ല. അവിടെയെങ്ങും ആഹാരം കിട്ടാനുള്ള മാർഗ്ഗവുമില്ലായിരുന്നു.

ഉച്ചഭക്ഷണം പങ്കുവയ്ക്കാമെന്നു ഞങ്ങൾ നാലുപേരും വളരെയേറെ പറഞ്ഞിട്ടും അഞ്ചാമൻ നിരസിച്ചു. എന്താണു കാരണം?

മറ്റുള്ളവരുടേതൊന്നും സ്വീകരിക്കാൻ പാടില്ലെന്നുള്ള വിശ്വാസം. ചെറുപ്പത്തിൽ അയാൾക്കു ലഭിച്ച പരിശീലനംമൂലം ഉള്ളിൽ കയറിക്കൂടിയ തെറ്റായ ധാരണയാണ്.

4) സ്വയം സ്ട്രോക്കു കൊടുത്തു സന്തോഷിക്കുവാൻ പാടില്ല.

ഇതേ അർത്ഥത്തിൽ,സ്വയം പുകഴ്ത്തുന്നത് അഹംഭാവം കൊണ്ടല്ലേയെന്ന് മുൻപൊരു ക്ലാസ്സിൽ ആശ ചോദിച്ചിരുന്നു.

ഏതാനും ക്ലാസുകൾകൂടി കഴിഞ്ഞിട്ട് അതേപ്പറ്റി പറയാമെന്ന് അന്നു ഞാൻ പറഞ്ഞിരുന്നു. ഇപ്പോൾ അതിനേപ്പറ്റിയാണ് പറയാൻ പോകുന്നത്.

ആഹാരം പാകം ചെയ്തു രുചിച്ചു നോക്കിയിട്ട് ഹായ് കൊള്ളാം എന്നു സ്വയം പറഞ്ഞാൽ അത് സ്വയം പുകഴ്ത്തലാണെന്നും അത് അഹംഭാവം ഉണ്ടാക്കുമെന്നുമുള്ളത് തെറ്റായ ധാരണയാണ്. ഈ തെറ്റായ ധാരണ പലർക്കും. മാതാപിതാക്കളിൽനിന്നും പകർന്നു കിട്ടിയിട്ടുണ്ട്. നമുക്കൊരു വിഷമം ഉണ്ടാകുമ്പോൾ നമ്മളിലുള്ള നല്ല കഴിവുകളെ ഓർത്തു് ആശ്വാസംകൊണ്ടാൽ അതു നമ്മളിൽ ആത്മവിശ്വാസം ഉണ്ടാക്കാൻ സഹായിക്കും. അതിനാൽ സ്വയം സ്ട്രോക്കു കൊടുത്തുകൊണ്ട് വിഷമമേറിയ സന്ദർഭങ്ങളിൽ നിന്നും കരകയറാൻ ശ്രമിക്കുകയാണ് വേണ്ടത്. എന്നാൽ ഇതു പലരും മറന്നുപോകുന്നു. പകരം വിധിയെ പഴിച്ചുകൊണ്ട് ദു:ഖിച്ചിരിക്കുന്നു.

ഇനിയും ആർക്കെങ്കിലും എന്തെങ്കിലും സംശയമുണ്ടെങ്കിൽ ചോദിക്കാം.

'പോസിറ്റീവ് സ്ട്രോക്ക് ധാരാളമായി കിട്ടുന്നവർ അഹംഭാവം കാട്ടി അഹങ്കാരികളാകില്ലേ?' സോമവല്ലിക്കൊരു സംശയം.

മിക്ക മാതാപിതാക്കൾക്കും ഇങ്ങനെ ഒരു ധാരണയുണ്ട്. എന്താണതിന്റെ പിന്നിലെ വസ്തുതയെന്നു വിശദമായി പറയേണ്ടതിനാൽ, ഏതാനും ക്ലാസ്സുകൾകൂടി കഴിഞ്ഞ് അതിനേപ്പറ്റി പറയുന്നതായിരിക്കും.

മനസ്സിനേൽക്കുന്ന മുറിവുകൾ

തീരെച്ചെറിയ പ്രായത്തിൽ ലഭിക്കുന്ന അനുഭവങ്ങൾ അഥവാ സ്ട്രോക്കുകൾ മൂലം തലച്ചോറിൽ രേഖപ്പെടുത്തുന്ന സ്ക്രിപ്റ്റുകൾ അനുസരിച്ചാണ് ഭാവിയിൽ ഉണ്ടാകുന്ന അനുഭവങ്ങൾക്കെതിരേ ഓരോരുത്തരും പ്രതികരിക്കുന്നതെന്ന കാര്യം പറഞ്ഞുകഴിഞ്ഞു. ദുഃഖം, കോപം, ഭയം മുതലായ നെഗറ്റീവ് സ്ട്രോക്കുകൾ ദിനംതോറും മറ്റുള്ളവർക്കു കൊടുത്തുകൊണ്ടിരിക്കുന്നവരാണ് നമ്മളിൽ പലരുമെങ്കിലും കൊടുക്കുന്നവരായ നമ്മൾ അതറിയുന്നില്ലെന്നു മാത്രം. എന്നാൽ ചില സന്ദർഭങ്ങളിൽ നമ്മൾ അറിഞ്ഞുകൊണ്ടുതന്നെ കൊച്ചു കുട്ടികൾക്ക് നെഗറ്റീവ് സ്ട്രോക്ക് കൊടുക്കാറുണ്ട്. ഇതിന്റെ ആവശ്യകതയെപ്പറ്റിയെല്ലാം കഴിഞ്ഞ ക്ലാസ്സുകളിൽ പറഞ്ഞിട്ടുള്ളതാണ്. അങ്ങനെ നെഗറ്റീവ് സ്ട്രോക്കു കിട്ടുന്ന ആളിന്റെ തലച്ചോറിൽ എന്തു വികാരങ്ങളാണ് ഉടലെടുക്കുന്നതെന്നും അതിന്മേൽ എന്തു തീരുമാനങ്ങളാണ് രേഖപ്പെടുത്തി വയ്ക്കുന്നതെന്നും അറിയേണ്ടേ?

എന്റെ മനസ്സിനു മുറിവേൽപ്പിച്ചവനാണവൻ. അവനെ ഞാൻ വെറുതേ വിടില്ല എന്നെല്ലാം ചിലർ പറയുന്നത് കേട്ടിട്ടില്ലേ, എങ്ങനെയാണ് മനസ്സിനു മുറിവേൽക്കുന്നത്? നെഗറ്റീവ് സ്ട്രോക്കുകളാൽ അനുഭവപ്പെടുന്ന ദുഃഖം, കോപം, ഭയം എന്നീ വികാരങ്ങളെ തലച്ചോറിൽ രേഖപ്പെടുത്തുന്നതിനെയാണ് മുറിവേൽപ്പിക്കുക എന്നു പറയുന്നത് ?

നമ്മുടെ ശരീരത്തിൽ മുറിവുണ്ടാകുമ്പോൾ എന്താണനുഭവപ്പെടുക?

ചോര വരും ടീച്ചർ.

മറ്റെന്തെങ്കിലും തോന്നുമോ?

വേദനയുണ്ടാകും.

എത്ര സമയം വേദനയുണ്ടാകും?'

മുറിവ് ഉണങ്ങുന്നതു വരെ.

അപ്പോൾ മുറിവുണക്കാൻ നമ്മളെന്താണ് ചെയ്യുക?

മരുന്നു വെച്ചുകെട്ടും.

ഇതേപോലെ തന്നെയാണ് മനസ്സിനേൽക്കുന്ന മുറിവുകളും. അതുണങ്ങാതെ കിടന്നാൽ വേദനിപ്പിക്കും. അതിനെ ഉണക്കിയില്ലെങ്കിൽ മരണംവരെയും അതു നമ്മേ വേദനിപ്പിച്ചുകൊണ്ടേയിരിക്കും. ശരീരത്തിലേൽക്കുന്ന മുറിവുകളിൽ ആഴത്തിലുള്ളവയും അല്ലാത്തവയും കാണും. ആഴത്തിലുള്ളവയെ ഉണക്കിയെടുക്കാൻ ക്ഷമയോടെയുള്ള ചികിത്സ വേണ്ടിവരും. രണ്ടുവയസ്സിനുള്ളിൽ തലച്ചോറിൽ രേഖപ്പെടുത്തിയ മുറിവുകൾക്ക് ആഴം കൂടുതലായിരിക്കും. എന്നാൽ അവയേപ്പറ്റി മുറിവേറ്റ ആളിന് വലിയ ഓർമ്മയൊന്നും ഉണ്ടാകാൻ സാദ്ധ്യതയില്ല. മുറിവേറ്റതിന്റെ ലക്ഷണം പലപ്പോഴും ചില സ്വഭാവവ്യത്യാസങ്ങളിലൂടെ ആയിരിക്കും ഭാവിയിൽ പ്രകടിപ്പിക്കുക. അതു കണ്ടെത്തുന്നതിലാണ് ഒരു കൗൺസലറുടെ മിടുക്ക്.

ഒരു കൂട്ടം ആളുകൾ ഇരിക്കുന്ന സ്ഥലത്തുകൂടി നടന്നു നീങ്ങിയപ്പോൾ അറിയാതെ ഒരാളിന്റെ കാലിൽ നമ്മൾ ചവിട്ടി എന്നിരിക്കട്ടെ. എന്താണപ്പോൾ ഉണ്ടാവുക?

ചവിട്ടേറ്റ ആളിനോട് നമ്മൾ മാപ്പുപറയും ടീച്ചർ.

അതുകേൾക്കുമ്പോൾ ചവിട്ടേറ്റയാളുടെ സ്വഭാവികമായ മറുപടി എന്തായിരിക്കും?

അതു സാരമില്ല എന്നായിരിക്കും.

അപ്പോഴതിനർത്ഥമെന്താണ്, ഞാൻ ക്ഷമിച്ചിരിക്കുന്നു എന്നല്ലേ?

എന്നാൽ ചവിട്ടിയ ആൾ മാപ്പു പറയാതെയാണു പോകുന്നതെങ്കിൽ എന്തു സംഭവിക്കും?

എന്തും സംഭവിക്കാം ടീച്ചറെ. ചിലപ്പോൾ രണ്ടു കിട്ടിയെന്നുമിരിക്കും, നാരായണൻ പറഞ്ഞുതുടങ്ങി.

'ഞാനൊരിക്കൽ തിരക്കുള്ള ഒരു പ്രൈവറ്റ് ബസ്സിൽ യാത്ര

ചെയ്യുകയായിരുന്നു. ഇറങ്ങാനുള്ള സ്ഥലമെത്തിയപ്പോൾ തിരക്കിലൂടെ കഷ്ടപ്പെട്ടു മുന്നോട്ടു നീങ്ങുന്നതിനിടയിൽ ഏതോ ഒരാളുടെ ഷൂസിൽ അറിയാതെ ഞാനൊന്നു ചവിട്ടി. തിരക്കിൽപ്പെട്ട എന്റെ ഉടലും തലയും മുന്നോട്ടാഞ്ഞും കാലുകൾ പിന്നോട്ടു വലിഞ്ഞും നിൽക്കുന്ന ആ അവസ്ഥയിൽ എനിക്കൊന്നു തിരിഞ്ഞു നോക്കാനോ ഒരു സോറി പറയാനോ കഴിയുമായിരുന്നില്ല. ഈ സമയം ഷൂസിട്ട കാലുകൊണ്ട് പടപടാ എന്നു രണ്ടു ചവിട്ടെന്റെ കാലിൻമേൽ കിട്ടി'

'ശ്ശോ! അരാ ചവിട്ടിയത്?'

അരവിന്ദൻ ഉത്കണ്ഠപ്പെട്ടു.

'ഞാൻ ആരുടെയോ കാലിൽ ചവിട്ടിയെന്നു പറഞ്ഞില്ലേ, അയാളായിരിക്കും തിരിച്ചുചവിട്ടിയതു്. ഞാൻ മുന്നോട്ടു നീങ്ങുക ആയിരുന്നല്ലോ, അതുകൊണ്ട് ആരാണു ചവിട്ടിയതെന്നുപോലും കണ്ടില്ല. ചവിട്ടുകൊണ്ടു ഞാൻ തിരക്കിനിടയിൽ വീണുപോയി. ഒരു സോറി പറയാൻ സാവകാശം കിട്ടിയിരുന്നെങ്കിൽ ആ ചവിട്ട് എനിക്കു കിട്ടുമായിരുന്നില്ലെന്ന് പിന്നീടെനിക്കു തോന്നി'

നാരായണേട്ടനു പിന്നീടു തോന്നിയതുതന്നെയാണ് അതിന്റെ ശരി. ക്ഷമിക്കണം എന്നോ സോറി എന്നോ പറയുന്ന ആ വാക്കിന് വളരെയേറെ അർത്ഥവ്യാപ്തിയുണ്ട്. അതിന്റെ ഫലം അതിശയകരമാണ്.

ഒരു ക്ഷമചോദിക്കലിലൂടെ അകൽച്ചയുടെ മഞ്ഞുമലകളെ ഉരുക്കിക്കളയാൻ കഴിയും. തന്നെക്കാൾ താഴ്ന്നു നിൽക്കുന്നവരോട് ക്ഷമചോദിക്കുന്നത് അഭിമാനക്കുറവായി കരുതുന്നവരുണ്ട്. അവർ അന്യരിൽ ഉണ്ടാക്കുന്ന മുറിവുകൾ ഒരിക്കലും ഉണങ്ങുകയില്ല. അതോടൊപ്പം അവർ മറ്റുള്ളവരുടെ മനസ്സിൽനിന്നും മാഞ്ഞുപോവുകയും ചെയ്യും.

എനിക്കുണ്ടായ ഒരനുഭവം ഞാനിപ്പോൾ ഓർക്കുകയാണ്.

ഒരിക്കൽ ഞാനൊരു യോഗത്തിന്റെ വേദിയിൽ ഇരിക്കുകയായിരുന്നു.

മുന്നിൽ സദസ്യർ രണ്ടു വശങ്ങളിലായി കസേരകളിലിരിപ്പുണ്ട്. അപ്പോഴാണ് പ്രമുഖനായ ഒരു വ്യക്തി സ്റ്റേജിലേക്കെത്താനായി സദസ്യരുടെ മധ്യഭാഗത്തുള്ള വഴിയിലൂടെ ധൃതിയിൽ നടന്നുവരുന്നത്. അദ്ദേഹം അശ്രദ്ധമായി നടന്നുവരുന്നതിനിട

യിൽ ഒരു വശത്തിരുന്ന പ്രായമായ ഒരാളുടെ കാലിൽ തട്ടി. അതെന്തായാലും മനപ്പൂർമായിരുന്നില്ല. തട്ടുകൊണ്ടയാൾക്ക് നന്നായി വേദനിച്ചു എന്ന് ആ മുഖം കണ്ടപ്പോൾ മനസ്സിലായി. ആ പ്രമുഖൻ ക്ഷമ ചോദിച്ചില്ലെന്നുമാത്രമല്ല, ചവിട്ടുകൊണ്ട ആളിനെ ക്രുദ്ധനായി ഒന്നുനോക്കുക കൂടി ചെയ്തു. താനെന്തിനാടോ കാല് വഴിയിൽ കൊണ്ടു വച്ചതെന്നു ചോദിക്കുംപോലായിരുന്നു ആ നോട്ടം. അതു കണ്ടപ്പോൾ പണ്ടു ള്ളവർ പറഞ്ഞുകേട്ട 'കിണ്ടിതട്ടി ന്യായം' എനിക്കോർമ്മ വന്നു.

കിണ്ടിതട്ടി ന്യായം! അതെന്താണു ടീച്ചർ?

കിണ്ടിയെന്നാൽ വാലുള്ള ചെറിയ ഓട്ടുപാത്രമാണ്. അതിൽ നിറയ്ക്കുന്ന വെള്ളം വാൽഭാഗത്തുകൂടി ആവശ്യാനുസരണം ഒഴുക്കി എടുക്കാവുന്നതാണ്.

പുറത്തുപോയിട്ടുവരുന്നവർക്ക് കൈകാലുകൾ കഴുകാനായി പഴയ കാലത്ത് വീട്ടുകാർ ഉമ്മറത്ത് കിണ്ടിയിൽ വെള്ളം വെയ്ക്കാറുണ്ടായിരുന്നു. അതുവഴി അശ്രദ്ധമായി നടന്നുവരുന്ന അമ്മാവൻ കിണ്ടിയിൽ തട്ടി വീണാൽ പഴി മുഴുവൻ അനന്തരവർക്കായിരിക്കും. അമ്മാവൻ വേദനയോടെ കാലുതിരുമ്മിക്കൊണ്ട് എഴുന്നേറ്റു വരുമ്പോൾ ഒരു ചോദ്യമുണ്ട്.

'ഏതു കഴുവേറീടെ മോനാടാ കിണ്ടി ഇവിടെക്കൊണ്ടു വച്ചത്?

എന്നാൽ ആളുകൾ വരുന്ന വഴിയിൽ അശ്രദ്ധമായി കിണ്ടി കൊണ്ടു വച്ചത് അമ്മാവനാണെന്നിരിക്കട്ടെ. കുട്ടികളാരെങ്കിലും ആ കിണ്ടിയിൽ തട്ടിവീണാൽ,അപ്പോഴുമുണ്ട് അമ്മാവനു പറയാൻ: 'നോക്കീം കണ്ടും നടക്കണ്ടേടാ കൊച്ചുകഴുവേറി'

ഈ കഥയിലെ പ്രമുഖൻ ഡംഭിന്റെ ഉസ്താദായിരുന്നെന്നും പിന്നീടയാൾ ജനമനസ്സുകളിൽ നിന്നും മാഞ്ഞുപോയെന്നും മറ്റും ഈ അടുത്ത കാലത്ത് ഞാനറിഞ്ഞു. കിണ്ടിതട്ടി ന്യായക്കാരന്റെ ഈ കഥയിൽനിന്നും നിങ്ങൾ എന്തു മനസ്സിലാക്കി? ആരാ പറയുന്നത് അരവിന്ദനു പറയാമോ?

പറയാം ടീച്ചർ,

മാപ്പ് ചോദിക്കുന്നതിനും ക്ഷമ ചോദിക്കുന്നതിനും സ്ഥാനമാനങ്ങളോ ബന്ധങ്ങളോ ഉച്ചനീചത്വമോ പ്രായവ്യത്യാസമോ ഒന്നും തടസ്സമാകരുത്. ഇവിടെ എനിക്കൊരു സംശയമുണ്ട്.

മനുഷ്യ മനസ്സിനെ മുറിവേൽപ്പിക്കുന്നവർക്കു മുറിവേറ്റവരോടു മാപ്പു ചോദിക്കാം. മുറിവേറ്റവർ അതു ക്ഷമിച്ചേക്കാം. പക്ഷേ, ഭൂമിയെ മുറിവേൽപ്പിക്കുന്നവരെപ്പറ്റി എന്താണു പറയുക?

നല്ലൊരു ചോദ്യമാണ് ഈ കാലഘട്ടത്തിൽ അനിവാര്യമായും ചർച്ച ചെയ്യപ്പെടേണ്ട ഒരു വിഷയമാണു് ഭൂമിയുടെ മുറിവുകൾ. അതേപ്പറ്റി അടുത്ത ക്ലാസ്സിൽ.

പ്രകൃതിയോടുള്ള പ്രതിബദ്ധതയും ഭൂമിയോടുള്ള പ്രായശ്ചിത്തവും

കഴിഞ്ഞ ക്ലാസ്സിൽ മനസ്സിനു മുറിവേൽപ്പിക്കുന്നവരേപ്പറ്റി പറഞ്ഞപ്പോൾ ഭൂമിയെ മുറിവേൽപ്പിക്കുന്നവരെപ്പറ്റി അരവിന്ദൻ ചോദിച്ചിരുന്നു.

ആ ചോദ്യം കേട്ടപ്പോൾ എനിക്കോർമ്മ വന്നത് ഒ.എൻ.വി. സാറിന്റെ 'ഭൂമിക്കൊരു ചരമഗീതം' എന്ന കവിതയാണ്.

ഭാരതീയ ദർശനമനുസരിച്ച് പാലൂട്ടി വളർത്തിയ അമ്മയുടെ ഭാവമാണ് സർവ്വംസഹയായ ഭൂമിക്കുള്ളത്. അമ്മയുടെ മുലപ്പാൽ കുടിച്ചു വളർന്ന മക്കൾ അമ്മയുടെ മാറിടം തുരന്നു ചോര കുടിക്കുന്നു എന്നു കവിതയിൽ പറയുമ്പോൾ, അതു നമ്മെ ഓർമ്മിപ്പിക്കുന്നത്, അനധികൃതവും അശാസ്ത്രീയവുമായ ഖനനങ്ങൾ നടത്തുകയും കുന്നുകൾ അടർത്തിയെടുത്തു ചതുപ്പുകൾ നികത്തുകയും ചെയ്യുന്ന ഭൂമാഫിയകളേപ്പറ്റിയാണ്.

'വസുധയുടെ വസ്ത്രമുരിയുന്നു
വിപണികളിലവ വിറ്റുമോന്തുന്നു
വിടനഖര മഴുമുനകൾ കേളി തുടരുന്നു'

എന്നാണ് വനനശീകരണത്തെ പറ്റി കവി പറയുന്നത്. സ്വന്ത ലാഭത്തിനുവേണ്ടി ഭൂമിദേവിയുടെ ഉടയാടകളായ പുൽക്കൊടികൾ മുതൽ വൻമരങ്ങൾ വരെയുള്ളവ അപ്പാടെ കവരുമ്പോൾ, അത് തങ്ങളെ ഊട്ടിവളർത്തിയ സ്വന്തം മാതാവിനെ അറിഞ്ഞുകൊണ്ട് വിവസ്ത്രയാക്കി ബലാത്സംഗം ചെയ്യുന്നതിനു തുല്യമാണെന്ന കാര്യം ഈ അധമന്മാർ അറിയുന്നില്ല.

കാടും മലയും വെട്ടിനശിപ്പിച്ചും കായലും നദികളും മാത്രമല്ല കടലുപോലും മാലിന്യങ്ങൾകൊണ്ടു നിറച്ചും അശാസ്ത്രീയമായ

വ്യവസായവല്ക്കരണംകൊണ്ട് പ്രാണവായുവിനെ മലിനപ്പെടുത്തിയും ഭൂമിയെ വാസയോഗ്യമല്ലാതാക്കുന്ന മനുഷ്യാ നീയും ഈ ഭൂമിയോടൊപ്പം പരമനാശത്തിലേക്ക് നീങ്ങുകയാണെന്ന കാര്യം ഓർക്കുക. അതു സംഭവിക്കാൻ ഇനിയും അധികനാളുകൾ വേണ്ടിവരില്ല. അങ്ങനെ സംഭവിക്കുമ്പോൾ കണ്ണീർ പൊഴിക്കാനായിട്ട് അന്നു ഞാൻ ഉണ്ടാവില്ലല്ലോ. അതിനാൽ ഇപ്പോഴും മരിച്ചിട്ടില്ലാത്ത ഭൂമിയുടെ ചരമ ശുശ്രൂഷയ്ക്കായി ഞാനൊരു ചരമഗീതം ഇന്നേ കുറിച്ചുവയ്ക്കുകയാണെന്നു കവി പറയുന്നതിങ്ങനെ.

'ഇനിയും മരിക്കാത്ത ഭൂമി ?
ഇതു നിന്റെ മൃതിശാന്തിഗീതം !
ഇതു നിന്റെ(എന്റെയും)ചരമ ശുശ്രൂഷയ്ക്കു
ഹൃദയത്തിലിന്നേ കുറിച്ച ഗീതം'

കവികൾ ദീർഘദർശികളാണ്. അദ്ദേഹം ഭാവനയിൽ കണ്ടതു സംഭവിക്കാതിരിക്കട്ടെ എന്നു നമുക്കു പ്രത്യാശിക്കാം. എന്തും സഹിക്കുന്നവൾ എന്ന അർത്ഥത്തിൽ ഭൂമിയുടെ പര്യായപദമാണ് സർവ്വംസഹ. എങ്കിൽപ്പോലും സഹിക്കുന്നതിനും ഒരു അതിരില്ലേ എന്ന ചോദ്യം അന്വർത്ഥമാക്കുന്ന കാഴ്ചകളാണ് നാം ഇന്ന് ഭൂമിയിൽ അനുഭവിച്ചുകൊണ്ടിരിക്കുന്നത്. ഭൂമിയുടെ സ്വാഭാവികമായ അവസ്ഥയ്ക്ക് നാശമുണ്ടാക്കുന്ന വിധത്തിലാണ് അത്യാഗ്രഹികളായ മനുഷ്യരുടെ പ്രവർത്തികൾ തുടരുന്നത് .

അനിയന്ത്രിതമായ വന നശീകരണം, സ്വാഭാവിക ജലനിർഗമമാർഗ്ഗങ്ങളെ തടസ്സപ്പെടുത്തൽ, കുന്നുകളും മലകളും ഇടിച്ചുനിരപ്പാക്കൽ, ജലസംഭരണികളായ തണ്ണീർത്തടങ്ങൾ കൈയേറി നികത്തൽ, വ്യവസായശാലകളുടെ അനിയന്ത്രിതമായ അന്തരീക്ഷമലിനീകരണം, ജലമലിനീകരണം തുടങ്ങിയവയിലൂടെയെല്ലാം പ്രകൃതിയുടെ സന്തുലിതാവസ്ഥയെ തകിടം മറിച്ചതിന്റെ ഫലമായിട്ടാണ് ഉരുൾപൊട്ടലും വെള്ളപ്പൊക്കവും പോലെയുള്ള പ്രകൃതിദുരന്തങ്ങൾ വർഷംതോറും നമ്മൾ അനുഭവിച്ചുവരുന്നത്. സ്ഥല, ജലവിഭവങ്ങളുടെ പരിപാലനം കാര്യക്ഷമമായി നിർവഹിക്കുന്നതിലൂടെ മാത്രമേ ഈ മഹാവിപത്തുകളെ നേരിടാനാവൂ. പേമാരിയിൽ ഉണ്ടാകുന്ന അമിതജലം യഥാസമയം ഒഴുകിപ്പോകാനുള്ള മാർഗ്ഗങ്ങളോ പരന്നുവ്യാപിക്കാനുള്ള വിശാലമായ ഇടങ്ങളോ ഉണ്ടായെങ്കിൽ മാത്രമേ പ്രളയത്തിനെ പ്രതിരോധിക്കാനാവൂ. കുട്ടനാടിനേപ്പോലെ സമുദ്രനിരപ്പിനേക്കാൾ താഴെ സ്ഥിതിചെയ്യുന്ന

പടിഞ്ഞാറൻ രാജ്യമായ നെതർലാൻഡിൽ വാട്ടർമാനേജ്മെന്റി നായി 'Room for the river' എന്നൊരു പദ്ധതി നടപ്പാക്കുന്നു ണ്ടെന്നു കേൾക്കുന്നു. അങ്ങനെയുള്ള പദ്ധതികൾ ദീർഘകാലാടി സ്ഥാനത്തിൽ നമ്മളും ആസൂത്രണം ചെയ്യേണ്ടിയിരിക്കുന്നു. പ്രകൃതിയെ അനിയന്ത്രിതമായി ചൂഷണം ചെയ്യുന്നത് അവസാനി പ്പിച്ചില്ലെങ്കിൽ ഉരുൾപൊട്ടലും വെള്ളപ്പൊക്കവും സ്ഥിരം സംഭവ ങ്ങളായിത്തീരും. കാലാവസ്ഥാ വ്യതിയാനത്തിന്റെ ഫലമായി കരയ്ക്കും കടലിനും അതിന്റെ തനിമ നഷ്ടപ്പെട്ടുകൊണ്ടിരിക്കു കയാണ്. ഇനിയും എത്രനാൾകൂടി അവയിങ്ങനെ നിലനിൽക്കു മെന്ന് ആർക്കറിയാം.

മലനാടെന്നോ തീരപ്രദേശമെന്നോ വ്യത്യാസമില്ലാതെ, ഇടിച്ചു നിരത്തിയും കുഴിച്ചും അതിൽ അംബരചുംബികളായ കോൺക്രീറ്റ് സൗധങ്ങളേക്കൊണ്ട് നിറച്ചും കൃഷിസംരക്ഷണമെന്ന പേരിൽ വിഷം വിതറിയും പ്ലാസ്റ്റിക് മാലിന്യങ്ങൾ കൊണ്ടുനിറച്ചും ഒരി ക്കലും പൊറുക്കാനാകാത്തവിധം കാലങ്ങളായി നമ്മൾ ഭൂമിയെ മുറിവേൽപ്പിച്ചുകൊണ്ടിരിക്കുന്നു. എന്തും സഹിക്കുന്ന ഭൂമിയ്ക്കു സഹിക്കാവുന്നതിലും മേലെയാണ് ഈ പ്രവർത്തികൾ. ഇതു നിറുത്തിയില്ലെങ്കിൽ, ഈ മുറിവുകളുണക്കിയില്ലെങ്കിൽ ഭൂമിയിലെ കാലാവസ്ഥ ആസന്നഭാവിയിൽത്തന്നെ പ്രവചനാതീതമാകും. അതൊഴിവാക്കാൻ എന്തെല്ലാമാണു പോംവഴികളെന്നു നാമോ രോരുത്തരും ഗൗരവമായി ആലോചിച്ചു തീരുമാനിക്കേണ്ടിയിരി ക്കുന്നു. ഈ ഭൂമി ഇന്നിവിടെയുള്ള മനുഷ്യർക്കും മറ്റുജീവജാല ങ്ങൾക്കും അവകാശപ്പെട്ടതുപോലെതന്നെ വരുംതലമുറയ്ക്കു കൂടി അവകാശപ്പെട്ടതായതിനാൽ അതിന്റെ തനിമ നഷ്ടപ്പെടാതെ കാത്തുസൂക്ഷിക്കേണ്ടത് നമ്മൾ ഓരോരുത്തരുടേയും കടമയും ഉത്തരവാദിത്വവുമാണ്.

ഭൂമിക്കേറ്റ മുറിവുകൾ ഉണക്കാനും ഇനിമേൽ മുറിവുകൾ ഉണ്ടാകാതിരിക്കാനുമായി എന്തെല്ലാമാണ് നമുക്കു ചെയ്യാൻ കഴിയുക?

1) ആദ്യമായി ഇതു ബോധ്യപ്പെടുത്തേണ്ടത് നമ്മുടെ കുട്ടിക ളെയാണ്. ഭൂമിക്കുപരിധിയുണ്ടെന്നും ഭൂമിയിലെ ശുദ്ധജലം ഉൾപ്പടെയുള്ള വിഭവങ്ങൾക്ക് പരിമിതിയുണ്ടെന്നും മറ്റും അവർ മനസ്സിലാക്കണം.

2) ഓരോരുത്തരും ഉണ്ടാക്കുന്ന മാലിന്യങ്ങൾ അവരവർ തന്നെ സംസ്കരിക്കുന്ന ഒരു സംസ്കാരം നാം വളർത്തിയെടുക്കണം.

3) മാലിന്യം പരമാവധി റീസൈക്ലിംഗ് പ്രോസസിലൂടെ ഉപയോഗയോഗ്യമായ മറ്റു വസ്തുക്കളാക്കി മാറ്റാൻ ശ്രമിക്കണം.

4) ആകെ കെട്ടിയടച്ച് അതിനുള്ളിൽ വൈദ്യുതിയുടെ ഉപയോഗം കൂട്ടുംവിധമുള്ള പ്രകാശ, ശീതീകരണ, ശബ്ദക്രമീകരണ സംവിധാനങ്ങളെ ഉൾപ്പെടുത്തുന്ന ഇന്നത്തെ ബഹുനില കെട്ടിട നിർമ്മാണ രീതികൾതന്നെ മാറ്റേണ്ടിയിരിക്കുന്നു.

5) കല്ലും മണ്ണും പാറയുമെല്ലാം ഉപയോഗിച്ചുള്ള നിർമ്മാണ രീതികൾ പരിമിതപ്പെടുത്തണം കാരണം ഭൂമിയിൽ അവയുടെ ലഭ്യതയ്ക്ക് പരിമിതിയുണ്ട് അവ ഒരിക്കലും സൃഷ്ടിച്ചെടുക്കാൻ കഴിയുന്നവയല്ല. എന്നാൽ സൃഷ്ടിച്ചെടുക്കാൻ പറ്റുന്നവയാണ് മുളയും മറ്റു മരങ്ങളും. അതിനാൽ പ്രകൃതിയോടിണങ്ങിച്ചേരുന്ന രീതിയിലുള്ള പുതിയ നിർമ്മാണരീതികൾ വികസിപ്പിച്ചെടുക്കേണ്ടതുണ്ട്. അതിനായി നമ്മുടെ പാർപ്പിടനയംതന്നെ മാറ്റി എഴുതേണ്ടിയിരിക്കുന്നു.

6) പ്രകൃതിയോടിണങ്ങിച്ചേരുന്ന രീതിയിലുള്ള സസ്യഭക്ഷണ ശീലങ്ങളും ഭക്ഷ്യ നിർമ്മാണവും ശീലിക്കണം.

7) കാർബൺ ഡയോക്സൈഡ് ഉപോൽപ്പന്നമായുണ്ടാകുന്ന പ്രവൃത്തികൾ പരമാവധി കുറയ്ക്കുക.

8) മാലിന്യം ഉണ്ടാക്കുന്ന വസ്തുക്കളുടെ ഉപഭോഗം കുറയ്ക്കുക.

9) സൗരോർജ്ജത്തെ പരമാവധി ഉപയോഗപ്പെടുത്തുക.

10) വെള്ളത്തിന്റെ ഉപയോഗം ശ്രദ്ധാപൂർവ്വം നടത്തി ജലസമ്പത്ത് സൂക്ഷിക്കുക.

11) മറഞ്ഞുപോയതോ നശിച്ചുപോയതോ ആയ ജലസ്രോതസ്സുകളേയും ജലനിർഗ്ഗമ മാർഗങ്ങളെയും മറ്റും പുനരുജ്ജീവിപ്പിക്കുക.

12) മരങ്ങൾ നട്ടു പിടിപ്പിക്കുന്നത് വരും തലമുറയ്ക്കു വേണ്ടിയുള്ളൊരു കരുതലാണെന്നും ഒരോ തുള്ളി ജലവും അമൂല്യമാണെന്നും അതു മലിനമാക്കാതെ വരും തലമുറയ്ക്കായി കാത്തു സൂക്ഷിക്കേണ്ടത് തങ്ങളുടെ ഓരോരുത്തരുടേയും ഉത്തരവാദിത്വമാണെന്നും ജനങ്ങളെ ബോധവൽക്കരിക്കുക.

തുടങ്ങിയവയെല്ലാം ചെയ്തുകൊണ്ട് മുറിവേറ്റ ഭൂമിയോട് നമുക്ക് പ്രായശ്ചിത്തം ചെയ്യാം. അങ്ങനെയൊന്നും ചെയ്യാതിരുന്നാൽ ഭാവിയിൽ നാം ഓരോരുത്തരും ഒരിറ്റു കുടിനീരിനായി യുദ്ധം ചെയ്യേണ്ടി വരുമെന്നും പരസ്പരം കടിച്ചുകീറി ചോരകുടിച്ച് അന്ത്യദാഹം തീർത്ത് സാക്ഷികളില്ലാത്ത രക്തസാക്ഷികളായി ത്തീരുമെന്നും മറ്റും പറയുന്ന ഒരു കവിത ചൊല്ലിക്കൊണ്ട് ഇന്നത്തെ ക്ലാസ്സ് അവസാനിപ്പിക്കാം.

കവിത

സാക്ഷിയില്ലാത്ത രക്തസാക്ഷി

വടിവുകൊണ്ടടവി, പണ്ടിടതൂർന്നവൻ
വിടപി, ചെറുവല്ലരി, തൃണശ്രേണിയാൽ
പടിയിറങ്ങീടുന്നിതതിമോഹിതർതൻ
കുടിലഗതിയാലിന്നു പുൽനാമ്പുപോലും

നികരുന്ന തണ്ണീർത്തടങ്ങൾക്കു മേലാകെ
ഉയരുന്നു രമ്യഹർമ്യങ്ങളാൽ കാടുകൾ
കുറയുന്നിതുറവകൾ, ഏറുന്നുഭോഗം
നിറയുന്നു ഭൂമിയിൽ ശേഷിപ്പുചണ്ടികൾ

കരയെന്നു കടലെന്നു ഭേദമില്ലെങ്ങും
മലിനമായ് ഭൂമി, പുഴ, ആഴിയൊന്നാകെ
കുടിനീരിനായ് നാളെ രണഭൂമിയേറാം
രുധിരം നുണഞ്ഞന്ത്യദാഹം കെടുത്താം

പ്രാണന്റെനിലനിൽപ്പിനാധാരമാം ജീവ-
വായുവിന്റളവു കീഴ്പ്പോട്ടു നാൾതോറുമേ
ശ്വാസംലഭിക്കാതെപിടയുവാൻ നാളുകൾ
മാനവർക്കായ് ഭൂമി കരുതലുണ്ടോർക്കനീ

മൺമറഞ്ഞുള്ള നീർചാലുകൾ തളിരുകൾ
എല്ലാംനമുക്കായ് പുനർജ്ജനിപ്പിക്കാ,മല്ലേ-
ലൊടുവിലൊരു കൂട്ടക്കുമ്പസാരംപോലെ
സാക്ഷിയില്ലാത്തോരു രക്തസാക്ഷിയായ്ത്തീരാം.

൦

മുറിവുണക്കൽ

മുറിവേറ്റ ഭൂമിയോടു നമുക്കു പ്രായശ്ചിത്തം ചെയ്യാമെന്നു കഴിഞ്ഞ ക്ലാസ്സിൽ പറഞ്ഞുകഴിഞ്ഞു. അതിനുമുമ്പൊരു ക്ലാസ്സിൽ മനസ്സിനേൽക്കുന്ന മുറിവുകളെപ്പറ്റിയാണ് പറഞ്ഞിരുന്നത്. ഇന്നു പറയുന്നത് മനസ്സിനേൽക്കുന്ന മുറിവുകൾ എങ്ങനെ ഉണക്കാം എന്നതിനേ സംബന്ധിച്ചാണ്.

ഒരിക്കൽ ഒരമ്മയുമച്ഛനും അവരുടെ മകനുമായി എന്നെ കാണാൻ വന്നിരുന്നു. മകനെ അവർ എൻട്രൻസ് കോച്ചിങ്ങിനു ചേർത്തിരുന്നു. പക്ഷേ, എക്സാമിന്റെ റിസൾട്ട് വന്നപ്പോൾ തോറ്റു പോയി. കുട്ടി അവിടെ ഹോസ്റ്റലിൽ ആത്മഹത്യയ്ക്ക് ശ്രമിച്ച താണ് എന്റടുത്തു വരാൻ കാരണം. ആദ്യം അച്ഛനമ്മമാരുമായി സംസാരിച്ചു. അച്ഛനെക്കൊണ്ട് യാതൊരു മണവും ഗുണവും ഇല്ലെന്നു മനസ്സിലായി. പണം പലിശക്കു കൊടുക്കലാണ് അയാ ളുടെ തൊഴിൽ. എല്ലാം പണത്തൂക്കത്തിൻമേൽ കാണുന്ന സ്വഭാവം. സ്ക്കൂൾ ടീച്ചറായ അമ്മയോ വലിയ കർക്കശക്കാരിയും. അവരുടെ കൈയിലാണ് ഗൃഹഭരണത്തിന്റെ മുഴുവൻ കൺട്രോളുമെന്നു മന സ്സിലായി. പിന്നീട് മകനെ വിളിച്ചു സംസാരിച്ചു. അവന്റെ അഭിപ്രായ ത്തിൽ എല്ലാറ്റിനും കാരണക്കാരി അമ്മയാണ്. ആ മകൻ എന്നോടു പറഞ്ഞു കൊണ്ടേ ഇരുന്നു.

'പതിനെട്ടു വയസ്സുള്ള എനിക്ക് മീശ കിളിർത്തെന്ന കാര്യം പോലും ഓർക്കാതെയാണ് എന്റെ കൂട്ടുകാരുടെ മുന്നിൽ വച്ച് ഇവരെന്നെ തല്ലുന്നതും തലയിൽ വെള്ളമൊഴിക്കുന്നതും മറ്റും. എന്റെ ജീവിതത്തിൽ ഇന്നുവരെ അമ്മയെന്നു പറയുന്ന ഇവർ എന്നോടു മയത്തിലൊന്നു സംസാരിച്ചിട്ടേയില്ല മാഡം. ദേഷ്യം

വന്നാൽ കൈയിൽ കിട്ടുന്നതെന്തുകൊണ്ടും പുറംനെടുകെ അടിക്കും. തവിക്കണ, ചട്ടുകം, ചൂല് , മുരിങ്ങക്കോൽ എല്ലാം അവരുടെ ആയുധമാണ്. പിച്ചാത്തിയാണ് കൈയിലെങ്കിൽ അതുകൊണ്ടും വീക്കും. അങ്ങനെ ഒരിക്കൽ എന്റെ കയ്യിൽ മുറിവും പറ്റി. ഇതാ, ഇതുകണ്ടോ ഏഴു സ്റ്റിച്ചുണ്ടായിരുന്നു'

അവൻ തന്റെ കൈത്തണ്ടയിലെ വലിയൊരു മുറിവുണങ്ങിയ പാട് തൊട്ടു കാണിച്ചു.

'എൻട്രൻസ് ജയിക്കണം ഡോക്ടറാകണം, പണമുണ്ടാക്കണം എന്നല്ലാതെ മറ്റൊന്നും അവർക്കെന്നോടു പറയാനില്ല. അതുകൊണ്ടുതന്നെ ഞാൻ മനപ്പൂർവ്വം എൻട്രൻസിനു തോൽക്കാൻ വേണ്ടിത്തന്നെയാണു പഠിച്ചത്. അതവർക്കറിയില്ല. അവർ ഇനിയും എന്നെ എൻട്രൻസ് കോച്ചിങ്ങിനു ചേർക്കുമെന്നെനിക്കു മനസ്സിലായി. ഞാനുണ്ടെങ്കിലല്ലേ അവർക്കെന്നെ ഡോക്ടറാക്കി പണമുണ്ടാക്കാൻ കഴിയൂ. അതുകൊണ്ട് ഞാനിനിയും...

അതു മുഴുമിക്കാതെ അവൻ നിറുത്തി. കിതച്ചും വിങ്ങിയും അത്രയും കൊണ്ടു നിറുത്തിയപ്പോൾ ഞാനവനെ പുറത്തു തലോടി ആശ്വസിപ്പിച്ചിട്ട് അടുത്ത മുറിയിൽ കൊണ്ടിരുത്തി.

വീണ്ടും അച്ഛനേയും അമ്മയേയും വിളിപ്പിച്ചു. കാര്യങ്ങളുടെ ഗൗരവം അവരെ ബോദ്ധ്യപ്പെടുത്താൻ ഏറെ പണിപ്പെടേണ്ടി വന്നു. അപ്പോഴാണ് അച്ഛനൊന്നു മനസ്സു തുറക്കുന്നത്, 'ഇവളോടു ഞാൻ പണ്ടേ പറഞ്ഞിട്ടുള്ളതാ, കുഞ്ഞിനെ ഇങ്ങനെ തല്ലരുതെന്ന്' അതു പറഞ്ഞുകൊണ്ട് അയാൾ തന്റെ നിരപരാധിത്വം തെളിയിക്കാൻ ഒരു ശ്രമം നടത്തി. പക്ഷേ തന്നേപ്പറ്റി കുറ്റം വിളമ്പിയ ഭർത്താവിനെ ഇതിനിടയിൽ ഭാര്യ അതിരൂക്ഷമായൊന്നു നോക്കി. ആ നോട്ടത്തിനെ നേരിടാൻ കെൽപ്പില്ലാതെ അയാൾ തലയ്ക്കുമീതെ കറങ്ങുന്ന ഫാനിൽ നോക്കിയിരുന്നു.

അവരുമായി ഏറെ നേരത്തെ സംസാരത്തിനൊടുവിൽ അമ്മയുടെ പിടിവാശിക്ക് അല്പം അയവു വന്നതുപോലെ തോന്നി. അപ്പോൾ അവരെന്നോടു ചോദിച്ചു: 'അതിനിപ്പോൾ ഞാനെന്തു ചെയ്യണം?'

പക്ഷേ, ആ ചോദ്യത്തിലും ധാർഷ്ട്യം മുഴച്ചുനിന്നു. എങ്കിലും എനിക്കൊരു പിടിവള്ളി കിട്ടിയതുപോലെ തോന്നി. ഞാനവരോടു മെല്ലെ ചോദിച്ചു.

'നമുക്ക് മകന്റെ മനസ്സിനേറ്റ മുറിവുകൾ ഉണക്കേണ്ടേ?'

'വേണം മാഡം അതെങ്ങനെയാണ്'

അവരുടെ ചോദ്യത്തിൽ അല്പം ഉത്കണ്ഠ ഉണ്ടായിരുന്നു.

'അവനോടു മാപ്പ് പറയാൻ നിങ്ങൾ തയ്യാറാണോ?'

'മാപ്പോ,അവനോടോ?' അവർ അതിശയത്തോടെയാണതു ചോദിച്ചത്.

'അതെ മാപ്പുതന്നെ, എങ്കിൽ നമുക്ക് ഒരുകൈനോക്കാം, അല്ലാതെ വേറെ മാർഗ്ഗമില്ല'.

ഒരു രഹസ്യം പറയുമ്പോലെയാണ് ഞാനിതവരോടു പറഞ്ഞത്. യാധാർത്ഥ്യങ്ങൾ ബോദ്ധ്യപ്പെട്ടു തുടങ്ങിയപ്പോൾ അവരെന്റെ നേരേ കൈകൂപ്പി. 'എന്തുവേണമെങ്കിലും ഞാൻപറയാം മാഡം. അവനെ ഞങ്ങൾക്കു തിരിച്ചുകിട്ടിയാൽമതി'

അവരുടെ മനസ്സ് അല്പാല്പമായി ഉരുകിത്തുടങ്ങിയെന്നെനിക്കു മനസ്സിലായി. കാര്യങ്ങൾ സുഖപര്യവസായി ആകുമെന്നു തോന്നിത്തുടങ്ങിയപ്പോൾ, മാതാപിതാക്കളെ പുറത്തിരുത്തിയിട്ട് വീണ്ടും മകനെ അവിടെക്കു വിളിപ്പിച്ചു.

'അച്ഛന്റെയും അമ്മയുടെയും മുന്നിൽ മോനെന്തു വേണമെങ്കിലും ചോദിക്കാം, മോന്റെ വിഷമമെല്ലാം പറയാം. മോനങ്ങനെ ഓരോന്നു ചോദിക്കുമ്പോൾ ചെയ്തുപോയ തെറ്റുകൾക്കെല്ലാം അമ്മ മോനോടു മാപ്പു പറയും. അങ്ങനെ പറഞ്ഞാൽ മോനു ക്ഷമിക്കാൻ കഴിയുമോ'. ഞാൻ അവനോടു ചോദിച്ചു , അവനൊന്നും മിണ്ടിയില്ല. കഴിയില്ലേ എന്നു വീണ്ടും ചോദിച്ചതിനൊപ്പം മോന്, അവരെ വഴക്കു പറയണമെന്നുണ്ടോ, എങ്കിൽ അതുമാകാം എന്നു കൂടി പറഞ്ഞു. അതു കേട്ടപ്പോൾ അല്പമൊന്നാലോചിച്ചിട്ട് സമ്മതമെന്ന മട്ടിൽ അവനെന്റെ മുന്നിൽ തലയാട്ടി. എനിക്ക് ധൈര്യമായി.

നേരത്തേതന്നെ ഒരു കാര്യം ഞാൻ അച്ഛനോടും അമ്മയോടും പ്രത്യേകം പറഞ്ഞിരുന്നു.

'അവൻ എന്തു ചോദിച്ചാലും പറഞ്ഞാലും ദേഷ്യപ്പെട്ടാലും ഓരോന്നിനും ക്ഷമ ചോദിക്കുകയും പറ്റുമെങ്കിൽ കെട്ടിപ്പിടിച്ചു മാപ്പുപറയുകയുമല്ലാതെ അവനോടൊന്നും തിരിച്ചു ചോദിക്കാൻ പാടില്ല. നീ അന്നങ്ങനെ ചെയ്തില്ലേടാ അതുകൊണ്ടല്ലേ ഞാൻ നിന്നെ അടിച്ചത് എന്ന രീതിയിൽ ന്യായീകരണത്തിനുള്ള ഒരു ശ്രമവും പാടില്ല'. അവരതു സമ്മതിച്ചു.

അങ്ങനെ മൂന്നുപേരേയും ഒന്നിച്ചെന്റെ മുന്നിലിരുത്തി. കുറേ നേരത്തേക്ക് ആരും ഒന്നും മിണ്ടുന്നില്ല. 'മോൻ ചോദിച്ചോളൂ' ഞാൻ പ്രോത്സാഹിപ്പിച്ചു.

പിന്നവിടെ ഉണ്ടായത് അമ്മ മകനോടു ചെയ്ത ക്രൂരതകളുടെ ഉരുൾപൊട്ടലായിരുന്നു.

ഒന്നാം ക്ലാസ്സിൽ ചേർന്നതിന്റെ പിറ്റേ ദിവസം ഞാൻ രാത്രിയിൽ കിടന്നുമുള്ളിയെന്നു പറഞ്ഞു നിങ്ങളെന്നെ രാവിലെ റോഡിൽ കൊണ്ടുപോയി നിറുത്തി തലവഴി വെള്ളം കോരി ഒഴിച്ചില്ലേ? അപ്പോഴപ്പുറത്തെ വീട്ടിലെ സാവിത്രി എന്നെ നോക്കി കൈകൊട്ടിച്ചിരിച്ചില്ലേ?

'മോനേ അമ്മ അന്നങ്ങനെ ചെയ്തു പോയി. ആ പെണ്ണ് അതു കണ്ടു ചിരിക്കുമെന്നൊന്നും അമ്മ അന്നു വിചാരിച്ചില്ല. അമ്മയുടെ അറിവില്ലായ്മകൊണ്ടു ചെയ്തുപോയതാ. അമ്മയ്ക്കു പറ്റിയ തെറ്റാണത്,മോൻ അമ്മയോടു ക്ഷമിക്കില്ലേ'

അവർ ആകാംഷയോടെ മകന്റെ മുഖത്തേക്കു നോക്കി.

മൗനിയായിരിക്കുന്ന മകൻ എന്നെ നോക്കി. ഞാൻ അവനോടു ചോദിച്ചു

'മോനേ അമ്മയോടു മോൻ ക്ഷമിച്ചോ'

അവൻ ഏതോ ആലോചനയിലായി, തല ചെറുതായി കുലുക്കി.

അതൊരു സമ്മതലക്ഷണമായി തോന്നിയെങ്കിലും, അതെനിക്കു മനസ്സിലായെന്ന ഭാവം കാട്ടാതെ ഞാൻ വീണ്ടും ചോദിച്ചു.

'മോൻ അമ്മയോടു ക്ഷമിച്ചോ' അവൻ ചെറുതായിട്ടൊന്നു മൂളി.

'പക്ഷേ, ആ മൂളലിനൊരു ജീവനില്ലായിരുന്നു.

എങ്കിൽ അമ്മയോടു മോനിനിയും ചോദിക്കൂ. എല്ലാവിഷമങ്ങളും പറയാം. എന്തും ചോദിക്കാം. ഞാനവനെ വീണ്ടും വീണ്ടും പ്രോത്സാഹിപ്പിച്ചു.

'സന്ധ്യക്കു പഠിക്കാനിരിക്കുന്ന ഞാൻ ഉറക്കം തൂങ്ങിയതിന് എത്രയോ ദിവസമാണ് നിങ്ങളെന്റെ തലയിൽ കുടംകണക്കിനു വെള്ളം കമഴ്ത്തിയത്. തണുത്തുവിറച്ചുനിന്നു കരഞ്ഞ എന്നെ നനഞ്ഞതുണി മാറ്റി ശരീരം തുടയ്ക്കാൻ സഹായിച്ചത് അയലത്തുകാരല്ലേ. കൂട്ടുകാർ ഈ വിവരം സ്കൂളിൽ പരത്തിയപ്പോൾ ഞാനെല്ലാവർക്കും മുന്നിൽ ഉറക്കംതൂങ്ങി ആയി. ടീച്ചർമാർ പോലും

എന്നെ കളിയാക്കിച്ചിരിച്ചു'

'അവരൊക്കെ അങ്ങനെ കളിയാക്കുമെന്ന് അമ്മയ്ക്കറിയില്ലായിരുന്നു കുഞ്ഞേ, അമ്മയോടു നീ ക്ഷമിക്കു മോനേ, അമ്മയ്ക്കൊരു തെറ്റു പറ്റിപ്പോയി'

ഒരു തെറ്റോ, മൂത്രമൊഴിച്ച പായും പുതപ്പുമെല്ലാം ചുരുട്ടി എന്റെ തലയിൽ വച്ചുതന്നിട്ട് ദൂരെയുള്ള കുളത്തിൽ കൊണ്ടുപോയി കഴുകാൻ പറഞ്ഞില്ലേ നിങ്ങൾ? ഞാൻ അഞ്ചാം ക്ലാസ്സിൽ പഠിക്കുമ്പോഴും നിങ്ങളെന്നെക്കൊണ്ട് അതു ചെയ്യിച്ചില്ലേ? പുലർച്ചയിൽ മൂത്രപ്പായുമായി സ്ഥിരമായി ഞാൻ പോയിരുന്ന വഴിയുടെ അരികിലുണ്ടായിരുന്ന വീട്ടുകാരും കൂട്ടുകാരുമെല്ലാം ഇപ്പോഴും എന്നെ 'കിടന്നുമുള്ളി'യെന്നാണു വിളിക്കുന്നതെന്ന് നിങ്ങൾക്കറിയാമോ? ഇതു പറഞ്ഞെന്നെ കളിയാക്കിയ പെൺകുട്ടികളുടെ അടക്കിപ്പിടിച്ച ചിരിക്കുമുന്നിൽഎത്രയോ തവണ ഞാൻ ചൂളിയിരിക്കുന്നു.

'അമ്മയുടെ ജോലിപ്പാടുകൾകൊണ്ട് അന്നങ്ങനെ ചെയ്യിച്ചതാണു മോനേ. അതു തെറ്റായിരുന്നുവെന്ന് എനിക്കിപ്പോൾ ബോദ്ധ്യമായി. ഇനിയുമമ്മയുടെ ഭാഗത്തുനിന്നും മോനിഷ്ടമില്ലാത്തതൊന്നും ഉണ്ടാവില്ല. അമ്മ അന്നു ചെയ്തുപോയതിനെല്ലാം ഇന്നു മോനോടു മാപ്പു ചോദിക്കുന്നു. മോനമ്മയോടു ക്ഷമിക്കണം'

അമ്മ പണ്ടു ചെയ്ത ക്രൂരകൃത്യങ്ങളെല്ലാം വിങ്ങിപ്പൊട്ടുന്ന രീതിയിൽ ഒന്നൊന്നായി മകൻ ചോദിക്കുമ്പോൾ അവയെല്ലാം ഗദ്ഗദത്താൽ മുറിഞ്ഞുപോയെങ്കിലും അമ്മ അതിനെല്ലാം മാപ്പിരക്കുന്നുണ്ടായിരുന്നു. ഓരോന്നു ചോദിക്കുംതോറും അവന്റെ ശബ്ദം ഉയർന്നുയർന്നുവന്നു. ഒടുവിൽ അതു സംഭവിച്ചു. പൊട്ടിത്തെറിക്കുംപോലെയാണ് അവനതു ചോദിച്ചത്.

'എട്ടാം ക്ലാസ്സിൽ വച്ച് മാർക്കു കുറഞ്ഞതിനല്ലേ നിങ്ങളെന്നെ പിച്ചാത്തി കൊണ്ടടിച്ചത്, അന്നു മുറിഞ്ഞതാണെന്റെ ഇടതുകൈ. ഇതുകണ്ടോ ഏഴു സ്റ്റിച്ചാണ്?

'എന്റെ പൊന്നുമോനേ അന്ന് അമ്മയ്ക്കങ്ങനൊരു കൈയബദ്ധം പറ്റിപ്പോയി. അമ്മ അതോർത്തു വിഷമിക്കാത്ത ഒറ്റദിവസം പോലുമില്ല. മോൻ അമ്മയെ വിശ്വസിക്കണം വെറുക്കരുത്, മാപ്പാക്കണം. നീ ഇതെല്ലാം മനസ്സിൽ കൊണ്ടു നടക്കുമെന്ന് അമ്മ ഒരിക്കൽപോലും കരുതിയിരുന്നില്ല മോനേ. നീ എന്നെ അമ്മേ എന്നൊന്നു വിളിച്ചിട്ടെത്ര നാളായി കുഞ്ഞേ. നീയല്ലാതെ ഞങ്ങൾക്ക് വേറെ

ആരാ മക്കളായിട്ടുള്ളത്. എന്റെ പൊന്നുമോൻ അമ്മയോടു ക്ഷമി ച്ചെന്നൊന്നു...'

അവർക്കതു മുഴുവനാക്കാൻ കഴിയാതെ തേങ്ങലിൽ മുങ്ങു മ്പോൾ അവിടൊരു കൂട്ടക്കരച്ചിലുയർന്നു.

ഞാൻ നോക്കുമ്പോൾ മകന്റെ കാൽക്കൽ വീണ് അവനെ കെട്ടിപ്പിടിച്ച് ഏങ്ങലടിച്ച് കരയുകയാണവർ. കണ്ണീരാൽ മകന്റെ കണ്ണുകളും നിറഞ്ഞു. തൊട്ടടുത്തായി നെഞ്ചിൽകൈവച്ച് മുകളി ലേക്കു നോക്കിനിന്ന് കണ്ണീരൊഴുക്കിക്കൊണ്ട് അച്ഛനെന്തോ പിറുപിറുക്കുന്നു.

ഏറെ നേരത്തെ ചോദ്യങ്ങൾക്കു ശേഷം അവനൊന്നു നിറുത്തു മ്പോൾ കിതക്കുന്നുണ്ടായിരുന്നു. ഒരു കൊച്ചുകുഞ്ഞിനോടെന്ന പോലെ, മകന്റെ തലയിൽ തലോടിക്കൊണ്ട് ആ അമ്മ അവന്റെ കണ്ണീരു തുടയ്ക്കുമ്പോൾ അവരുടെ മുഖത്ത് ഗർവ്വിന്റെ ലാഞ്ഛ നപോലുമില്ലായിരുന്നു.

പശ്ചാത്താപത്തിന്റെ കണ്ണീർമഴയിൽ അവയെല്ലാം എങ്ങോട്ടോ ഒലിച്ചുപോയിരുന്നു. മനസ്സുകളിൽ കുനുകുനെ മുളച്ചു പൊന്തിയ തിരിച്ചറിവിൽ വിരിഞ്ഞ സ്നേഹപുഷ്പങ്ങളുടെ സൗരഭവുമാ യിട്ടാണ് അന്നവർ തിരിച്ചു പോയതു്. മൂന്നുപേരുംകൂടി തോളിൽ കൈയ്യിട്ട് നടന്നുപോകുമ്പോൾ ആ സൗഹൃദക്കാഴ്ചയ്ക്ക് അസാ ധാരണമായൊരു സൗന്ദര്യം ഉണ്ടായിരുന്നു.

മൂന്നുവർഷം കഴിഞ്ഞു് അവർ വീണ്ടും എന്നെ കാണാൻ വന്നി രുന്നു. അത് നന്ദി പറയാനുള്ള വരവായിരുന്നു. അന്നവൻ ബറോ ഡയിലെ ഫൈൻ ആർട്ട്സ് കോളേജിൽ സ്കോളർഷിപ്പോടുകൂടി ബി.എഫ്.എ.യ്ക്ക് പഠിക്കുകയായിരുന്നു. കൗൺസലിങ്ങിനു ശേഷം മകന്റെ അഭിരുചി തിരിച്ചറിയാൻ കഴിഞ്ഞ അമ്മയാണതിനു മുൻകൈയ്യെടുത്തത്. ഞാൻ ചോദിച്ചു:

'ഇപ്പോഴെങ്ങനെയുണ്ടു മോനേ? വലിയ നന്ദിയുണ്ടു മാഡം, ഞാനും അമ്മയുമായി ചർച്ചചെയ്യാത്ത വിഷയമില്ലിപ്പോൾ'

അമ്മയെങ്ങനെ മകനോടു മാപ്പു ചോദിക്കുമെന്നു വിചാരിക്കു കയോ, നീ അന്നു വേണ്ടാത്തത് കാണിച്ചിട്ടല്ലേ ഞാനങ്ങനെ യെല്ലാം ചെയ്തതെന്നു അമ്മ ചോദിക്കുകയോ ചെയ്തിരുന്നെ ങ്കിൽ, ആ മുറിവുണക്കൽ അന്നു നടക്കില്ലായിരുന്നു. പകരം എന്തു സംഭവിക്കുമായിരുന്നു, ആർക്കു പറയാം?

കരിയാതെ കിടന്ന മുറിവിന്മേൽ മറ്റൊരു മുറിവുകൂടി അവനു കിട്ടുമായിരുന്നു ടീച്ചറേ.

അതേ, അതു,തന്നെയാണ് സംഭവിക്കുക. മനസ്സിനേൽക്കുന്ന മുറിവുകൾ ഉണങ്ങാതെ കിടക്കുന്നത്, മുറിവേൽപ്പിച്ചവർ മാപ്പു പറയാത്തതു കൊണ്ടാണ്. കല്യാണിയുടെ കണ്ണു നിറഞ്ഞിരിക്കുന്നല്ലോ, എന്താണ് കാര്യം?

'ആ അമ്മയുടെ മാപ്പുപറച്ചിൽ എന്നെ വല്ലാതെ സ്പർശിച്ചു ടീച്ചർ'

അതാണു കല്യാണീ, മാപ്പുപറച്ചിലിന്റെ ഒരു ശക്തി. മാതാപിതാക്കളും മക്കളും തമ്മിലോ, മേൽത്തട്ട്-കീഴ്ത്തട്ടുകളിലുള്ള ഉദ്യോഗസ്ഥൻമാർ തമ്മിലോ, ഭാര്യാഭർത്താക്കൻമാർ തമ്മിലോ, മേൽജാതി-കീഴ്ജാതിക്കാർ തമ്മിലോ, ധനിക-ദരിദ്രൻമാർ തമ്മിലോ, പണ്ഡിത-പാമരൻമാർ തമ്മിലോ ഉള്ള പ്രശ്നമായി മാപ്പു പറച്ചിലിനെ കാണുമ്പോഴാണ് അവിടെ അഭിമാനം ഒരു തടസ്സമായി ഉയർന്നുവരുന്നത്. മാപ്പുപറച്ചിലിനെ സ്ഥാനമാനങ്ങൾ തമ്മിലുള്ള പ്രശ്നമായി കാണരുത്. അത് രണ്ടു മനുഷ്യമനസ്സുകൾ തമ്മിലുള്ള പ്രശ്നമാണെന്നു ബോദ്ധ്യം വന്നതിനാലാണ് കല്യാണിയുടെ കണ്ണുകൾ ഈറനണിഞ്ഞത്. ഒരു പക്ഷേ, മാപ്പു പറയുന്നതിലൂടെ മുറിവുണക്കാൻ പറ്റുന്നില്ലെങ്കിൽ അവിടെ പരിചയ സമ്പന്നരായ ആളുകളാൽ Hypnotism, Gestalt therapy പോലുള്ളവ പ്രയോഗിച്ചു നോക്കാവുന്നതാണ്.

'മറ്റൊരാളിന്റെ മുറിവുണക്കാൻ ശ്രമിക്കേണ്ടത് മുറിവേൽപ്പിച്ചയാൾ തന്നെയാണെന്ന് ടീച്ചർ പറഞ്ഞതിൽനിന്നും മനസ്സായി. പക്ഷേ, മുറിവേൽപ്പിച്ച ആളിന് അതു മുറിവേൽപ്പിക്കലാണെന്നു ബോധ്യമായെങ്കിലല്ലേ അതുണക്കാനായിട്ടയാൾ ശ്രമിക്കൂ, അയാൾക്കതു ബോധ്യമായില്ലെങ്കിൽ മുറിവേറ്റയാൾക്കെന്തു ചെയ്യാൻ കഴിയും' ചോദ്യം സഞ്ജീവന്റേതായിരുന്നു.

എല്ലാവരുടെയും പ്രവൃത്തികൾ നമുക്കിഷ്ടപ്പെടണമെന്നില്ല. ഒരാൾ നമ്മുടെ മനസ്സിനെ മുറിവേൽപ്പിച്ചാൽ അത് നമ്മിലുണ്ടാക്കുന്ന ഇഷ്ടക്കേടും വേദനയും അവർക്കു വിഷമം ഉണ്ടാകാത്ത വിധത്തിൽ വ്യക്തമായി അവരോടു തുറന്നുപറയാൻ നമ്മൾ ശീലിക്കണം. പക്ഷേ, ചിലയാളുകൾ നമ്മിലുണ്ടാക്കിയ മുറിവുകളേപ്പറ്റി അവരോടു തുറന്നുപറയാൻ നമുക്കു ചിലപ്പോൾ കഴിഞ്ഞെന്നു വരില്ല. അവരുടെ സ്ഥാനമാനങ്ങളോ അവരുമായുള്ള ബന്ധങ്ങ

ളോ അതിനു തടസ്സമായേക്കാം, അപ്പോഴെന്തു ചെയ്യാൻ കഴിയും ടീച്ചർ ?

'പുറമേ ചിരിച്ചുകാണിച്ചു പെരുമാറണം' നാരായണൻ അഭിപ്രായപ്പെട്ടു.

സഞ്ജീവിന്റെ ചോദ്യം ന്യായമാണ്. മുറിവേൽപ്പിച്ചയാൾ അതുണക്കാൻ ശ്രമിക്കുന്നില്ലെങ്കിൽ അല്ലെങ്കിൽ മുറിവേൽപ്പിച്ച ആളിനോട് നമ്മുടെവേദനയേപ്പറ്റി പറയാൻ അവരുമായുള്ള നമ്മുടെ ബന്ധം തടസ്സമാണെങ്കിൽ മുറിവുണക്കൽ എന്ന ജോലി നമുക്കുതന്നെ ഏറ്റെടുക്കേണ്ടിവരും.

അതെങ്ങനെയാണ് ടീച്ചർ ?

നമുക്ക് മനസ്സമാധാനമല്ലേ വേണ്ടത്? ഇങ്ങനെയുള്ള സാഹചര്യങ്ങളിൽ മുറിവേൽപ്പിച്ചവരോട് നമുക്കു ക്ഷമിക്കാം, എന്നിട്ടതെല്ലാം മറക്കാൻ ശീലിക്കാം. മനസിനേറ്റ മുറിവുണക്കാൻ അതൊരു സ്വയംചികിത്സയാണ്. മനസ്സിൽനിന്നും വിഷമങ്ങൾ ഒഴിഞ്ഞുപോകാനുള്ളൊരു മാർഗ്ഗമാണത്.

ഒരു ക്ഷമാപണമോ മാപ്പോ പറഞ്ഞാൽ തീരുന്ന പ്രശ്നമാണെങ്കിൽപോലും അതിനു തുനിയാത്ത ചിലരുണ്ട്. കാരണങ്ങൾ നിരത്താൻ അവർക്ക് പലതുമുണ്ടാകും. അങ്ങനെയുള്ളവർ അതികഠിനമായി നമ്മേ വേദനിപ്പിച്ചിട്ട് ക്ഷമാപണം നടത്തിയില്ലെങ്കിൽപ്പോലും അവർക്ക് മാപ്പുകൊടുക്കേണ്ടത് നമ്മുടെ ആവശ്യമാണ്. കാരണം, വേദനിപ്പിച്ചവരോടുള്ള വെറുപ്പും പകയും കൊണ്ടു നടക്കുന്ന ഒരാൾ സ്വയം മനസ്സമാധാനം കെടുത്തുകവഴി മനസ്സു മാത്രമല്ല ശരീരവും രോഗാതുരമാക്കുകയാണ് ചെയ്യുക. അതിനാൽ ധ്യാനവും യോഗയും പരിശീലിക്കാവുന്നതാണ്.

ഇനിയും നമുക്ക് നാരായണേട്ടൻ പറഞ്ഞ അഭിപ്രായത്തിലേക്ക് വരാം. പുറമേ ചിരിച്ചു കാണിച്ചു പെരുമാറാൻ ശ്രമിക്കുക എന്നാണദ്ദേഹം അഭിപ്രായപ്പെട്ടത്. അത് കേവലം ആലങ്കാരികമായ ഒരു പ്രവൃത്തി എന്നതിലപ്പുറം അതിനൊരാത്മാവില്ല. മുറിവേൽപ്പിച്ചവരോട് നാം കാട്ടുന്ന വഞ്ചനയാണത്. അത് ഏറെ അപകടകരവുമാണ്. അങ്ങനെ ചെയ്താൽ നമുക്കേറ്റ മുറിവുകൾ വലിയൊരു വിങ്ങലായി മനസ്സിനുള്ളിൽ കൊണ്ടുനടക്കേണ്ടിവരും. അറിഞ്ഞുകൊണ്ട് നാം അങ്ങനെയൊരു വിങ്ങൽ ജീവിതകാലം മുഴുവൻ കൊണ്ടുനടക്കേണ്ടതുണ്ടോ? നിങ്ങളാലോചിക്കുക.

നന്മ കാണാൻ കണ്ണില്ലാത്ത ക്രൂരനായ വിമർശകൻ

ചില അച്ഛനമ്മമാർക്കെങ്കിലും ഓരോരോ കാര്യത്തിലും മാറ്റമില്ലാത്ത ചില ധാരണകളുണ്ട്. ഈ ധാരണകളേപ്പറ്റി എടുത്തുപറയാൻ പ്രത്യേക കാരണമുണ്ട്. ഓരോരുത്തർക്കും തങ്ങളുടെ മാതാപിതാക്കളിൽനിന്നും ബാല്യകാലത്ത് കിട്ടുന്ന അനുഭവങ്ങളിലൂടെയാണ് ഈ ധാരണകൾ ഉടലെടുക്കുന്നത്. അവ പലപ്പോഴും നെഗറ്റീവായിരിക്കാം. ഇതിനെപ്പറ്റി നേരത്തെ പറഞ്ഞിട്ടുള്ളതാണ്.

തങ്ങളിലുള്ള നെഗറ്റീവുകളെ കുഴിച്ചുമൂടാൻ ഒരാൾ ആഗ്രഹിക്കുന്നുവെങ്കിൽ,അതിനു കഴിയണമെങ്കിൽ, അതിനേപ്പറ്റി അയാൾക്ക് എപ്പോഴും ഉള്ളിൽ ഒരു ബോധം ഉണ്ടായിരിക്കണം. മറ്റുള്ളവരിൽ നിന്നും അഭിനന്ദനമായും പ്രോത്സാഹനമായും ലഭിക്കുന്ന പോസിറ്റീവ് സ്ട്രോക്കുകൾ ഇഷ്ടപ്പെടുന്നവരാണ് എല്ലാവരും. അങ്ങനെയുള്ള പോസിറ്റീവ് സ്ട്രോക്കുകൾ വ്യക്തിയുടെ പ്രസരിപ്പും കഴിവുകളും ഉണർത്താനും ഉയർത്താനും ഉപകരിക്കും.

ഒൻപതാംക്ലാസ്സ് വിദ്യാർത്ഥിനിയായ കൊച്ചു കവയിത്രി പെട്ടെന്നു പ്രശസ്തയായ ഒരു സംഭവകഥയിലൂടെ ഞാനിതു കഴിഞ്ഞൊരു ക്ലാസ്സിൽ പറഞ്ഞിരുന്നു. എല്ലായ്പോഴും മക്കളുടെ കുറ്റം കണ്ടുപിടിച്ചു ശാസിച്ചു ശിക്ഷിച്ചുകൊണ്ടേയിരിക്കണം, ഇല്ലെങ്കിൽ അവർ വഷളായി വളരുമെന്നാണ് ചില മാതാപിതാക്കളുടെ ഭയം. തെറ്റുകൾ കണ്ടാൽ ശാസിക്കുവാനും ശിക്ഷിക്കുവാനും പാടില്ലെന്നല്ല ഈ പറഞ്ഞതിനർത്ഥം. എന്നാൽ ശിക്ഷ നടപ്പാക്കുന്നത് ഞാണിൻമേലുള്ള അഭ്യാസംപോലെ സൂക്ഷിച്ചു ചെയ്യേണ്ട കാര്യമാണ്. ഇതു മുൻപൊരു ക്ലാസ്സിൽ പറഞ്ഞിട്ടുള്ളതുമാണ്.

ശിക്ഷ നടപ്പാക്കുന്നത് എങ്ങനെയെല്ലാമായിരിക്കണം അഥവാ ആയിരിക്കരുതെന്ന കാര്യം ചുരുക്കിപ്പറയാം

1) അനിവാര്യമായ ഘട്ടത്തിൽമാത്രമേ ശിക്ഷകൾ നടപ്പാക്കാവൂ

2) കുറ്റമെന്തെന്നറിയാതെ കുട്ടികൾ ശിക്ഷ വാങ്ങേണ്ടിവരുന്ന അവസ്ഥ ഉണ്ടാക്കരുതു്. ഓച്ചിറക്കാളയെപ്പറ്റി ഞാൻ മുമ്പൊരിക്കൽ പറഞ്ഞ കഥയിൽ, ഈ അവസ്ഥ നേരിടേണ്ടിവന്ന ഒരു കുട്ടിയുണ്ട്. അതു നിങ്ങൾ ഓർക്കുന്നുണ്ടായിരിക്കും.

3) ശിക്ഷയും കുറ്റപ്പെടുത്തലുകളും അനവസരത്തിലോ മറ്റുള്ളവരുടെ മുന്നിൽ വച്ചോ ആകാൻ പാടില്ല.

4) കുട്ടികളുടെ തെറ്റുകൾ ചൂണ്ടിക്കാണിക്കുമ്പോൾ അവരുടെ പ്രവൃത്തികൾ എങ്ങനെയാണ്, എപ്പോഴാണ് തെറ്റായി തീർന്നതെന്ന് അവരെ ബോദ്ധ്യപ്പെടുത്തണം.

5) ശിക്ഷകൾ ഒരിക്കലും വ്യെക്തിഹത്യയിലോ അപമാനിക്കലിലോ എത്താൻ പാടില്ല. അവ എപ്പോഴും ക്രിയാത്മകമായിരിക്കണം.

6) ശിക്ഷകൾ കുട്ടികളെ ചിന്തിക്കാൻ പ്രേരിപ്പിക്കുന്നതായിരിക്കണം.

7) ശിക്ഷകൾ കുട്ടികളെ കർമ്മോത്സുകരാക്കുന്നതുമായിരിക്കണം.

എന്നാൽ ചില മാതാപിതാക്കൾ മക്കളുടെ നന്മകൾ കണ്ടതായിപ്പോലും ഭാവിക്കാറില്ല. ഇതു മക്കൾക്കു ഗുണം ചെയ്യുകയില്ലെന്നു മാത്രമല്ല ദോഷമായി ഭവിക്കുകയും ചെയ്യും. ഇങ്ങനെയുള്ള അവഗണന മക്കളുടെ ഉത്സാഹത്തെ കെടുത്തുമെന്നും അവരിൽ അപകർഷതാബോധം വളരാൻ കാരണമാകുമെന്നുകൂടി അച്ഛനമ്മമാർ അറിഞ്ഞിരിക്കണം. കുട്ടികളിൽ ആത്മവിശ്വാസം ഉണ്ടാക്കുകയും ഇല്ലാതാക്കുകയും ചെയ്യുന്ന അമ്മമാരെപ്പറ്റിയുള്ള രണ്ടു ചെറിയ കവിതകൾ ഇപ്പോൾ പറയാം.

ആത്മവിശ്വാസം കെടുത്തുന്ന അമ്മ

നല്ലൊരു മാതാവല്ലേൽ സന്തതി-
വല്ലതുമൊക്കെക്കാട്ടും നേരം
നല്ലതു കാണാൻ കണ്ണുതുറക്കാ-
തെല്ലാക്കുറവും കണ്ടുപിടിച്ചി-
ട്ടെല്ലാദിനവും തല്ലുകൊടുത്തി-

ട്ടെല്ലാരോടും പഴമൊഴിചൊല്ലും,
ഇല്ല, കയംകാട്ടീടാ കന്നിനെ*
തല്ലു കൊടുത്തു വളർത്തീടേണം
ഇല്ലൊരു നാളും ആത്മവിശ്വാസ-
പ്പുല്ലുകുരുക്കി,ല്ലായിളനെഞ്ചിൽ

ഈ കവിതയിലെ വരികൾക്കൊരു പ്രത്യേകതയുണ്ട്. ആർക്കെങ്കിലും പറയാമോ?

നന്നായി കവിത ആലപിക്കുന്ന കല്യാണി കയ്യുയർത്തിക്കാട്ടിയിട്ടു തുടർന്നു.'ഇതിനു തുള്ളൽപ്പാട്ടിന്റെ ഈണമാണ്.എല്ലാ വരികളിലും രണ്ടാമത്തെ അക്ഷരം 'ല്ല'യാണ്.

ശരിയാണ്, കല്യാണി നന്നായി നിരീക്ഷിക്കുന്നുണ്ട്.

ഇനിയും കവിതയിൽ പറയുന്നതെന്താണെന്നു നോക്കാം.

ഒന്നേ ഉള്ളുവെങ്കിൽ ഉലക്ക കൊണ്ടടിക്കണമെന്നും കന്നിനെ കയം കാട്ടരുതെന്നും മറ്റുമുള്ള പഴമൊഴിയെ കൂട്ടുപിടിച്ച് മക്കളെ വളർത്തുന്നവരാണ് ഇപ്പോഴും ചിലർ. കുഞ്ഞുങ്ങളുടെ ചീത്ത പ്രകടനങ്ങൾ മാത്രമേ അവരുടെ ശ്രദ്ധയിൽ പെടൂ. കുഞ്ഞുങ്ങളെ പ്രശംസിക്കുന്നതും പ്രോത്സാഹിപ്പിക്കുന്നതും എരുമക്കിടാവിനെ വെള്ളത്തിൽ ഇറക്കുംപോലെയാണെന്നാണ് ഇവർ പറയുന്നത്. വെള്ളത്തിലിറക്കിയാൽ തണുപ്പനുഭവിച്ചുകൊണ്ട് കരയ്ക്കു കയറാതെ വെള്ളത്തിൽ തന്നെ കിടക്കുന്ന എരുമക്കിടാവിനെ പോലെ കുഞ്ഞുങ്ങൾ പ്രശംസയിൽ അഭിരമിച്ച് വഷളായിപ്പോകുമെന്നാണ് ഇവരുടെ ഭാഷ്യം. ഇങ്ങനെയുള്ള അമ്മമാരുടെ കുറ്റം പറച്ചിൽമാത്രം നിരന്തരം കേട്ടു വളർന്നുവരുന്ന കുഞ്ഞുങ്ങൾക്ക് ഒരു കാര്യത്തിലും ഒരു കാലത്തും ആത്മവിശ്വാസം ഉണ്ടാകില്ലെന്നാണു് ഈ കവിതയിൽ പറയുന്നത്. ഇനിയും മറ്റൊരു കവിത കേൾക്കാം.

ആത്മവിശ്വാസം കൊടുക്കുന്ന അമ്മ

നല്ലൊരുമാതാവാകാം,സന്തതി
വല്ലതുമൊക്കെക്കാട്ടുമ്പോഴതി -
ലെല്ലാം നല്ലതു കണ്ടിട്ടതിനായ്
തെല്ലനുമോദനമാകാമെങ്കിൽ
കല്ലുപിളർക്കാൻപോലും കുഞ്ഞിനു

പുല്ലുമൊരായുധമാക്കാനാകും
ചൊല്ലാമാത്മവിശ്വാസം നൽകാൻ
നല്ലൊരു മാർഗ്ഗമിതെല്ലായ്പ്പോഴും.

കുഞ്ഞുങ്ങളുടെ ചെയ്തികൾ അതെത്ര ചെറുതാണെങ്കിൽ പോലും അവയിലെ നൻമകൾ കണ്ടെത്തി അനുമോദിക്കുകയാണെങ്കിൽ, അതവർക്ക് തുടർന്നും നല്ല കാര്യങ്ങൾ ചെയ്യാനുള്ള പ്രോത്സാഹനമായി മാറും. മാത്രമല്ല, ഏത്ര കഠിനമായ പ്രവൃത്തികൾ ചെയ്യാനും പ്രതികൂല സാഹചര്യങ്ങളെ അതിജീവിക്കാനുമുള്ള ആത്മവിശ്വാസം ക്രമേണ അവരിൽ വളർന്നുവരുകയും ചെയ്യുമെന്നാണ് ഈ കവിതയിൽ പറയുന്നത്.

എല്ലാ വസ്തുക്കളിലുമെന്നപോലെ ഏതൊരു പ്രവൃത്തിയിലും, അതെത്ര ചെറിയ കാര്യമാണെങ്കിൽ പോലും, അതിൽ നന്മയുടേയും തിന്മയുടേയും അംശങ്ങൾ ഉണ്ടായിരിക്കും, ഏറ്റക്കുറച്ചിലുകൾ ഉണ്ടാകുമെന്നുമാത്രം.

നല്ലത് കാണുന്നതും അതിനെ അംഗീകരിക്കുന്നതും ചിലരുടെ കണ്ണുകൾക്ക് ചതുർത്ഥി കാണുംപോലെയാണ്. അവർ തിന്മ കാണാനായി, അല്ലെങ്കിൽ മോശം കാര്യങ്ങൾ ചൂണ്ടിക്കാണിക്കാനായി മാത്രം കണ്ണുകൾ തുറന്നു വയ്ക്കുന്നു.

മറ്റുള്ളവർ നിങ്ങളെ വിലകുറച്ചു കാണുന്നതും തരംതാഴ്ത്തിപ്പറയുന്നതും നിങ്ങളെ ബാധിക്കാതിരിക്കണമെങ്കിൽ, നിങ്ങൾ സ്വയം വിലകുറച്ച് കാണാതിരിക്കണം. വിലകുറച്ചുകണ്ടാൽ അത് നിങ്ങളുടെ വ്യക്തിത്വത്തെ കളഞ്ഞുകുളിക്കുന്നതിനു തുല്യമായിരിക്കും. സ്വന്തം കഴിവുകളെയും സ്വയം കാത്തുസൂക്ഷിക്കുന്ന മൂല്യങ്ങളേയും ഓർത്ത് സെൽഫ് സ്ട്രോക്ക് നേടാനാണ് ഓരോരുത്തരും ശ്രമിക്കേണ്ടത്. അങ്ങനെയുള്ള ആത്മവിശ്വാസം നേടണമെങ്കിൽ ഇളംപ്രായത്തിൽത്തന്നെ കുട്ടികൾക്ക് വേണ്ടത്ര പോസിറ്റീവ് സ്ട്രോക്കുകൾ മാതാപിതാക്കളിൽ നിന്നും കിട്ടിയിരിക്കണം.

ഒരിക്കൽ ഞാനും മറ്റു രണ്ടുപേരുമായി ഒരു വിവാഹച്ചടങ്ങിൽ പങ്കെടുക്കാൻപോയി. സദ്യ കഴിഞ്ഞിറങ്ങിവന്ന ഞങ്ങളോട് ആതിഥേയൻ ചോദിച്ചു:

'എങ്ങനെയുണ്ടായിരുന്നു സദ്യ?'

ചോദ്യം കേട്ടയുടൻ എന്നോടൊപ്പം വന്നവരിൽ ഒരാളിന്റെ

മറുപടി.

'ഐസ്ക്രീമിന്റെ ഒരു കുറവുണ്ടായിരുന്നു'.

കൊള്ളാമെന്നൊരു മറുപടിയോ ഒരു സന്തോഷ പ്രകടനമോ പ്രതീക്ഷിച്ച ആതിഥേയന്റെ മുഖത്ത് നിരാശയും സങ്കടവും അവജ്ഞയും വെറുപ്പുമെല്ലാം മിന്നിമറയുന്നതു ഞാൻ കണ്ടു. അതിഥികളോടു താൻ ചോദിച്ചത് അബദ്ധമായിക്കാണുമെന്നോർത്ത് ഒടുവിൽ അയാളിങ്ങനെ ആശ്വസിച്ചു കാണും.

'ഞാനാണു തെറ്റുകാരൻ ഞാനങ്ങനെ ചോദിക്കരുതായിരുന്നു'

പത്തിരുപതിൽപരം വിഭവങ്ങൾ രുചിയോടെ ആസ്വദിച്ചു വയറുനിറയെ കഴിച്ചതിനെപ്പറ്റിയൊന്നും അയാൾക്ക് പറയാനില്ലായിരുന്നു. പറഞ്ഞത് കുറവുള്ള ഐസ്ക്രീമിനെപ്പറ്റി മാത്രം.

'ചില ദ്രോഹികളങ്ങനെയാണ് ടീച്ചർ'

നാരായണൻ ഇടപെട്ടു.

'ക്ഷീരമുള്ളോരകിടിൻ ചുവട്ടിലും, ചോരതന്നെ കൊതുകിന്നു കൗതുകം' എന്നു നാരായണേട്ടൻ കേട്ടിട്ടില്ലേ?

ഇവരെ ദോഷൈകദൃക്കുകൾ എന്നല്ലാതെ എന്തുപറയാനാ. എങ്കിൽ ടീച്ചറേ,ഞാനുമൊരു നാലുവരി ചൊല്ലാം.

ഓഹോ ആയിക്കോട്ടെ

'ന്യൂനത നോക്കാ,നന്യോന്യം നാം
നീങ്ങുമ്പോഴങ്ങഴിയും ബന്ധം
ന്യൂനത നീക്കാ,നന്യോന്യം നാം
നീങ്ങുമ്പോഴോ മുറുകും ബന്ധം'

കവിത കൊള്ളാമല്ലോ നാരായണേട്ടാ. അതിൽ നന്മയുണ്ട്. പരസ്പരം കുറവുകളെ ചൂണ്ടിക്കാണിച്ച് പഴിച്ചാൽ ഉള്ള സൗഹൃദം കൂടി തകരാറിലാകുമെന്നും കുറവുകളെ പരിഹരിക്കാൻ വേണ്ടി പരസ്പരം സഹകരിച്ചു സഹായിച്ചാൽ ഉഭയബന്ധങ്ങൾ കൂടുതൽ ശക്തിപ്പെടുമെന്നും പറയുന്ന നാരായണേട്ടന്റെ ഈ കവിത സത്യത്തിലൊരു സാരോപദേശമാണ്. ഒരാളിന്റെ നന്മയ്ക്കും വളർച്ചയ്ക്കും വേണ്ടി അവരിലെ നല്ല വശങ്ങളെ കണ്ടെത്തി പ്രോത്സാഹിപ്പിക്കുന്ന ഒരാൾക്ക് ഒരിക്കലും ക്രൂരനായ ഒരു വിമർശകനാകാൻ കഴിയില്ല. മറിച്ച്, അന്യരുടെ നന്മയ്ക്കും സന്തോഷ

ത്തിനും ഉയർച്ചയ്ക്കും വേണ്ടി പ്രവർത്തിക്കുന്ന ഒരു രാസത്വരക മായി മാറാനേ കഴിയൂ. പക്വഭാവത്തിൽ എത്തുന്നവർക്കേ അങ്ങനെ മാറാൻ കഴിയൂ.

പക്വഭാവമെന്നാലെന്താണ് ടീച്ചർ?

അതിനേപ്പറ്റി ഇനിയുമുള്ള ക്ലാസ്സുകളിൽ പറയുന്നതാ യിരിക്കും.

●○

സാങ്കേതികപദങ്ങൾ

1. Stimulation: ഉത്തേജനം/ ഉണർവ്/ ജ്വലിപ്പിക്കൽ.

2. Stroke discounting: പ്രോത്സാഹിപ്പിക്കുന്നതിൽ കാണുന്ന അവഗണന.

3. Genetic influence: പാരമ്പര്യ സ്വാധീനം (basic chemistry)

4. Hypnotize: മനഃശക്തി ഉപയോഗിച്ച് മറ്റൊരാളിൽ കൃത്രിമമായി മോഹനിദ്ര ഉണ്ടാക്കൽ.

5. Gestalt therapy: മനസ്സും ശരീരവും ജീവിത പരിസരവുമെല്ലാം സമഗ്രമായി/മൊത്തമായി പരിഗണിച്ചു നടപ്പാക്കുന്ന ചികിത്സാ രീതി. ആയിരത്തിതൊള്ളായിരത്തി നാൽപ്പതുകളിൽ Frederick & Laura perls കണ്ടെത്തിയതാണ് ഈ ചികിത്സാരീതി.

6. കിശുമത്ത് : കുസൃതി

www.ingramcontent.com/pod-product-compliance
Lightning Source LLC
LaVergne TN
LVHW090418051026
849518LV00006B/2377
* 9 7 8 8 1 9 5 9 6 4 5 6 7 *